மகள் கீர்த்தி

ஒரு அன்னை பாடும் மெய்கீர்த்தி

காயத்ரி சித்தார்த்

BOOKS FOR CHILDREN

Magal Keerthi (in Tamil)
Gayatri Siddharth
First Published: September, 2021

BOOKS FOR CHILDREN
im print of Bharathi Puthakalayam
7, Elango Salai, Teynampet, Chennai - 600 018
Email: bharathiputhakalayam@gmail.com | www.thamizhbooks.com

மகள் கீர்த்தி

காயத்ரி சித்தார்த்

முதல் பதிப்பு: செப்டம்பர், 2021

வெளியீடு:

BOOKS FOR CHILDREN

புக்ஸ் ஃபார் சில்ரன்
பாரதி புத்தகாலயத்தின் ஓர் அங்கம்
7, இளங்கோ, தேனாம்பேட்டை, சென்னை - 600 018
தொலைபேசி : 044-24332424, 24332924, 24356935

விற்பனை நிலையங்கள்

பாரதி புத்தகாலயம்
7, இளங்கோ, தேனாம்பேட்டை, சென்னை - 600 018
மதுரை: 37A, பெரியார் பேருந்து நிலையம் - 045 22324674
ஈரோடு: 39: 39 ஸ்டேட் பாங்க் சாலை - 9245448353
திண்டுக்கல்: பேருந்து நிலையம் - 9942331105, 9976053719
பழனி: பேருந்து நிலையம் அருகில் - 9442883696
திருப்பூர்: 447, அவினாசி சாலை - 9486105018
சேலம்: பாலம் 35, அத்வைத ஆஸ்ரமம் சாலை 0427 2335952
திருவல்லிக்கேணி: 48, தேரடி தெரு - 9444428358
வடபழனி: பேருந்து நிலையம் எதிரில் அடையார்
ஆனந்தபவன் மாடியில் - 9444476967
பெரம்பூர்: 52, கூக்ஸ் ரோடு - 9444373716
திருவாரூர்: 35, நேதாஜி சாலை - 9442540543
சேலம்: 15, வித்யாலயா சாலை சாலை
திருநெல்வேலி: 25A, ராஜேந்திரநகர் - 9442149981
அருப்புக்கோட்டை: 49A/4 மெயின் ரோடு, தெற்கு தெரு,-9994173551
மதுரை: சர்வோதயா மெயின்ரோடு
குன்னூர்: N.K.N வணிக வளாகம் பெட்போர்ட்
செங்கல்பட்டு: 1 D ஜி.எஸ்.டி சாலை - 044 27426964
விருதுநகர்: 131, கச்சேரி சாலை - 0456 2245300
கும்பகோணம்: 352, ரயில் நிலையம் எதிரில் - 9443995061
வேலூர்: பேஸ் III, சத்துவாச்சாரி - 9442553893
நெய்வேலி: பேருந்து நிலையம் அருகில், - 9443659147
தஞ்சாவூர்: காந்திஜி வணிக வளாகம் காந்திஜி சாலை - 9655542400
கோவை: 77, மசக்காளிபாளையம் ரோடு, பீளமேடு - 8903707294
திருச்சி: வெண்மணி இல்லம், கரூர் புறவழிச்சாலை - 9994289492
திருவண்ணாமலை: முத்தம்மாள் நகர்
நாகர்கோவில்: 699 கே.பி.ரோடு R.V.புரம் - 9443450111
சிதம்பரம்: 11 / 28 வெள்ள திறந்தான் தெரு, - 9994399347
கரூர்: நாரத கானசபா அருகில் (TNGEA OFFICE) - 9442706676
காரைக்குடி : 12, 2வது தெரு, கம்பன் மணிமண்டபம் பின்புறம் - 9443406150

நினைத்த நூல்கள்... நினைத்த நேரத்தில்... thamizhbooks.com 8778073949

அச்சு : பிரிண்டெக், சென்னை - 600 005.

சமர்ப்பணம்

என் கனவிலும் ஒளிரும் அவளின்
கடலாழக் கண்களுக்கு!

முன்னுரை

அன்னை அளாவிய கூழ்

ஆட்டம் போடும் வீடு

பூட்டிக் கொண்டு கிளம்பினேன்
எதையோ மறந்து போனதால்
உடனே திரும்பினேன்; திறந்தேன்
டிவியும் ஃப்ரிட்ஜும் ஓடிப் பிடித்து
விளையாடிக் கொண்டு இருந்தன
அலமாரியில் உள்ள புத்தகங்களெல்லாம்
அணி அணியாகப் பிரிந்து கபடி
ஆடிக் கொண்டிருந்தன.
சோபா-வுக்கும் சேரு-க்கும் ஓட்டப் பந்தயம்.
பழைய சாக்ஸ்கூட தன்னிச்சையாக
சுற்றிக் கொண்டிந்தது
ஒரு நிமிஷத்துக்குள்
எல்லாம் இயல்பு நிலையை அடைந்து விட்டன
'என்ன இவ்வளவு சீக்கிரம் வந்து விட்டான்'
என்று தண்ணீர் பாட்டில் முணுமுணுத்தது.
அப்புறம் அமைதியாகிவிட்டது
பிறகு ஒன்றும் நிகழவில்லை.
பூட்டிக்கொண்டு கிளம்பினேன்.
திறப்பதற்கு முன் தட்டி இருக்கவேண்டும்
என்ன நாகரிகம் இல்லாத பிறவி நான்!

- முகுந்த் நாகராஜன்

ஒரு தாய் தன் மகளின் கீர்த்திகளைப் பாடியிருக்கும் நூல் இது. அவர் தமிழறிந்தவர் என்பதால் இயல்பாகவே ஒரு இலக்கியப்பிரதியின் இன்பத்தில் சமைந்திருக்கிறது. **"தீபத்தைக் கொண்டு சுடரேற்றிய தீபம் போலிருக்கிறாள் கீர்த்தினி"** என்கிற முதல் வரியை கொஞ்சி முடிக்கவே எனக்கு அதிக நேரம் ஆனது. குழந்தைமையும் சமயங்களில் அதிலிருந்து எழும் நகையுணர்வும் இப்புத்தகத்திற்கான ஆதாரங்களாக உள்ளன. ஆனால் இந்த நகை கிச்சுகிச்சு மூட்டுவதல்ல. மாறாக பரவசமளிப்பது.

மொழிக்குள் விளையாடுபவர்கள் கவியும் குழந்தையும். மொழியைப் புரட்டிப் போடும் சாகசத்தில் கவிக்கு கடும் சாவல் விடுவது ஒரு குழந்தைதான். கவியும் குழந்தையும் இணைந்தெழும் தருணங்கள் மின்னற் பொழுதுகள். கவி கஷ்டப்பட்டுக் கெடுத்தால் ஒழிய அது மின்னாது விடாது. முகுந்த் நாகராஜனின் கவியுலகம் இப்படியான ஒளிச்சரிகைகளால் ஆனது. காயத்ரியின், **"நான்கு வருடங்களாய் கொஞ்சமும் அலுத்துக் கொள்ளாமல் எல்லா கணங்களிலும் அழகாய் இருக்கிறாள்"** என்ற வரியில் காலுதைத்துப் பறந்தால் முகுந்தின் கவியுலகிற்குள் மெத்தென்று போய் விழுகிற ஆனந்தத்தை அடையலாம்.

சுகுமாரன் கவிதையையும், மனுஷ்யபுத்திரனின் கவிதையையும் அடுத்தடுத்து பிழிந்து வைத்தாற்போல ஒரு பத்தியைச் செய்திருக்கிறார்.

"உன் சொற்கள் ஆணைகளாகட்டும்" என்று ஒரு வரி பிறக்கிறது. இந்த உலகில் அப்படி ஆகிவிடாது. ஆனால் ஒரு அன்னை நெஞ்சுபூத்து சொல்லும் அத்தருணத்தில் அப்படியான ஒரு உலகம் பிறந்து விடுகிறது. நம் கண்களில் நீர் கோர்த்துவிடுகிறது.

பழந்தமிழ் இலக்கிய அறிவை "யாம் பெற்ற இன்பம்" என்கிற நியதிப்படி கிடைக்கிற இடங்களில் எல்லாம் வாந்தியெடுத்து வைக்காமல் பொருத்தமான இடங்களில் அதன் ஒளியைச் சரித்துக்காட்டுகிறார். ஒரு தமிழ் மனைவி தன் தமிழ்க்கணவனை **"நீ என்னில் செம்பாகம் அன்று பெரிது"** என்று தமிழால் அணைத்துக்கொள்ளும் போது "ஆஹா... இப்போது நாம் எந்த லோகத்தில் இருக்கிறோம்?" என்று இன்பத்தில் குழம்பி விடுகிறது நமக்கு.

இன்றைக்கோ நாளைக்கோ எனும்படிக்கு மூக்கில் சொருகப்பட்ட குழாய்களுடன் தீவிர சிகிச்சைப்பிரிவில் சேர்க்கப்பட்டிருக்கிற ஒரு வரி " ஐ லவ் யூ". நாம் தான் அதை இப்படி ஆக்கினோம். சொல்லிச் சொல்லித் தேய்த்து அதன் ஊனை உருக்கி வெற்றுக் கூடாக்கி விட்டோம். பாவம்.. லவ்வற்ற மனிதர்கள்! கிடைக்கிற வாய்ப்புகளை விட்டுவிட முடியுமா என்ன? நமக்காகத்தான் கீர்த்தினி "ஐ தவ் யூ" என்கிற ஒரு புதிய வரியை படைத்து அளித்திருக்கிறாள். நாம் இனி நமது வேலையைத் துவங்கலாம். நான் இந்த சனிக்கிழமையே துவங்கி விட்டேன்.

கிருஷ்ணாவை "கிச்சா" வாக்கி அவனை வைகுண்டத்திலிருந்து பூமிக்கு இழுத்து வந்து விடுகிறாள் கீர்த்தினி. கிருஷ்ணர் இப்போது வீட்டிற்கு சிலிண்டர் போட வரும் ஒரு அண்ணன். " உனக்கெல்லாம் என்ன குறை...ஸ்கூலா ஒன்னா? என்று துக்கம் கட்டிய முகத்தால் கேட்டபடி இவளுக்கு கையாட்டிச் செல்லும் ஒரு பள்ளிச்சிறுவன்.

“புலியும் புதரும்” ஓவியத்திற்கு ஒரு புதரை மட்டும் வரைந்துவிட்டு புலிக்குட்டி அதனுள் தூங்குவதாகச் சொல்லும் கீர்த்தினியின் நவீன ஓவிய அறிவின் முன் “காதலா காதலா” கமலஹாசனே அஞ்சிப் பின்வாங்குவார்.

தான் பட்ட துன்பங்கள், அவமானங்களைத் தன் பிள்ளைகள் படக்கூடாது என்று பெற்றோர் எண்ணுவது இயல்பானதே. அதே சமயம் தான் "விட்ட இடங்களை" பிடிக்கும் வேட்டை நாய்களல்ல பிள்ளைகள் என்பதையும் அவர்கள் மறந்துவிடக் கூடாது. சின்னஞ்சிறு கிளிகளை அவசர அவசரமாக "செல்வக் களஞ்சியமாக்க” வேண்டியதில்லை.

லிபி ஆரண்யாவின் கவிதை வரியொன்று நினைவில் எழுகிறது.

‘‘களைத்து வீடு திரும்பும் குழந்தைகளின்
அடையாள அட்டையைக் கழற்றுகையில்
கழுத்தில் ஸ்டெத் வளர்ந்து வருகிறதாவென
பதட்டத்துடன் தடவிப் பார்க்கின்றனர்....”

குழந்தை டாக்டராக வளரும் புளகாகிதங்களாக இல்லாமல், குழந்தை குழந்தையாக வளரும் பரவசங்களைச் சொல்வதனாலேயே இது ஒரு குறிப்பிடத் தகுந்த நூல்.

"என்னளவில் அம்மாவாயிருப்பதற்கும் அசடாயிருப்பதற்கும் பெரிய வித்தியாசங்கள் ஏதுமில்லை" என்று ஒரு அழகான வரியுண்டு புத்தகத்தில்.

அசடாயிருக்கும் அம்மாக்களால் வீட்டிற்கோ நாட்டிற்கோ உயிருக்கோ ஒரு கேடுமில்லை. ரொம்ப விவரமாக இருக்கும் ஒரு அம்மா "பாப்பா, ரெண்டாவது போகாம டைரக்டா பண்ணண்டாவது போயிட்ரய்யா...என் செல்லமில்ல..." என்று கெஞ்சிக்கேட்கிறாள். அவளால்தான் சிக்கல்.

“தம் மக்களன்றி எம்மக்கள் மெய்தீண்டும் போதும்” புளகமுறுமாறு ஒரு மனிதனால் மேலெழ முடியுமா? அப்படி மேலெழுந்து நிற்கும் மனிதர்களும் நம் கண்ணெதிரே இருக்கவே செய்கிறார்கள். காயத்ரி.. நீங்கள் அவர்களுள் ஒருவராக இருக்க வல்லவர். அகிலத்து அன்னையாக எழுந்து விரியுங்கள். பேரன்னையாகுங்கள்! “யாவரும் மகள்” என்பது உங்களின் அடுத்த நூலாக இருக்கட்டும். கீர்த்தினிகளில் ஒரு கீர்த்தினிக்கு என் கள்வெறி முத்தங்கள். கீர்த்தினி, உன் மெரினாவில் அலை குன்றாதிருப்பதாக!

முன்னுரையின் முதலில் இருக்கும் முகுந்தின் கவிதை அன்னையாவதற்குப் பிள்ளைகள் கூட அவசியமில்லை என்று சொல்வதாகவே எனக்கு தோன்றுகிறது.

இது ஓர் அன்னை அளாவிய கூழ். சமயங்களில் வயதை மறந்து நாமும் வாயைத் திறந்து விடுகிறோம்.

19/12/19 கவிஞர் இசை

என்னுரை

நான் ஒரு ஆசிரியை. ஒருமுறை பள்ளியில், 6 வயது பெண் குழந்தை ஒருத்தியிடம் நரியும் - திராட்சையும் என்ற அரதப் பழைய கதையைச் சொல்லும்படி பணித்தேன். அவள் உடனே, "ஒரு ஊர்ல ஒரு திராட்சை இருந்துச்சு" என்று கதையைத் தொடங்கினாள்! ஐய்யோ! எப்படிச் சொல்வதெனத் தெரியவில்லை. அவ்வரி கொடுத்த கிளர்ச்சி சொல்லில் அடங்காதது. நாள் முழுவதும் அவ்வாக்கியமளித்த குதூகலமும் வியப்பும் உள்ளே தளும்பிக் கொண்டேயிருந்தது.

மொழியின் பல்வேறு புதிய சாத்தியங்களை வெளிக்கொணர்பவர்கள் குழந்தைகளும் கவிஞர்களுமே என்று எழுத்தாளர் ஜெயமோகன் அடிக்கடி சொல்லியிருக்கிறார். 'சீச்சீ இந்தப் பழம் ரொம்ப புளிக்கும்' என்று முடிந்திருக்க வேண்டிய அப்புளித்துப் போன கதையை, அத்தனை அழகாகத் தொடங்குவது ஒரு குழந்தைக்கே சாத்தியம்! பழைய மொந்தையில் இப்போது, நாளெல்லாம் கிறுகிறுக்கச் செய்யும் புத்தம்புதிய கள்ளூறல்!

இதைக் கேட்டுவிட்டு வீடு திரும்புகையில் அதே போன்றதொரு 6 வயதுக் குழந்தை அம்மாவென்று ஓடி வந்து காலைக் கட்டிக் கொள்கிறாள். உள்ளமோ, "ஐயோ! உங்க வீட்டுக்குத்தானா ராஜா வந்திருக்கார்? எங்க வீட்டுக்கும் தான் ராஜா வந்திருக்கார். வேணும்னா வந்து பாரு." என்று துள்ளிக் குதிக்கும் மங்கம்மாவாகி விடுகிறது.

ஆமாம்! என்னிடமும் இரண்டு குழந்தைகள் இருக்கிறார்கள்! நான் எங்கோ கைம்மறதியாய் வைத்துவிட்டு திரும்ப எடுக்காமலே விட்டுவிட்ட என் குழந்தைமையை, என் முன்னால் மாடத்திலிருந்து மன்னர்கள் வீசும் பொற்காசுகள் போல் அள்ளி அள்ளி இறைக்கிறார்கள். நான் எழுதாமல் விட்டு வைத்த என் வெற்றுப் பக்கங்களையெல்லாம் வண்ணத் தீற்றல்களாலும், அழகுக் கிறுக்கல்களாலும் நிரப்பிக் கொண்டிருக்கிறார்கள். "முன்னை அவனுடைய நாமங் கேட்டாள். மூர்த்தி அவனிருக்கும் வண்ணம் கேட்டாள்" என்பது போல படிப்படியாக என்னை அவர்கள் தாளில் தலைப்பட்டிருக்கும் பிச்சியாக்கி வைத்திருக்கிறார்கள்! இதை வாசித்துக் கொண்டிருக்கும் உங்களுக்கு, அவர்களிருவரையும்

ஏற்கனவே தெரியாதெனில் பின்வரும் பத்திகள் உங்களுக்கு உதவக்கூடும்.

பெரியவள் அமுதினி - 11 வயது மயக்குறு மகள்! பள்ளியும் பாடச்சுமையும் ஆண்டொன்று போனால் தானொன்று கூடும் வயதும், அவள்மேல் குழல்கள் வைத்து உறிஞ்சத்தொடங்கிய பின்னும் கூட, குழந்தைமையை இன்னமும் மிச்சம் வைத்திருப்பவள். நேற்றும் கூட, தின்னக் கொடுத்த மிக்சரிலிருந்து, கட்டியணைப்பதற்காய் கைகளை விரித்தாற்போன்ற தோற்றத்தில் எதேச்சையாய்ப் பொரிந்திருந்த ஒரு பூந்தியை அடையாளம் கண்டு எடுத்து வந்து, **"என்னை மாதிரியே இந்த பூந்திக்கும் உங்களை அவ்ளோ பிடிச்சிருக்காம்"** என்று பரிசாய்க் கொடுத்தாள்! அது கொடுத்த மகிழ்ச்சியை உலகில் வேறெந்தப் பரிசும் கொடுத்துவிட முடியாது. அவளின் லீலைகள் அனைத்தும் அவளது பக்தையால் தொகுக்கப்பட்டு "மயக்குறு மகள்" என்னும் நூலாக வெளிவந்திருக்கிறது. (விகடன் வெளியீடு)

இளையவள் கீர்த்தினி-இந்நூலின் கதாநாயகி - இவள் பிறந்த பின்பு தான் 'க்யூட்' என்பதற்கு நேரடித் தமிழ்ச்சொல்லை யாராவது கண்டுபிடித்திருக்கிறார்களா என்று தேடத் தொடங்கினேன். மொழிஞாயிறு தேவநேயப் பாவாணர் முதல் கவிஞர் மகுடேஸ்வரன் வரை ஆராய்ந்தும் இன்னும் கிடைக்கவில்லை. ஆனால், அவளுக்கு அதைப் பற்றிய எந்த அக்கறையுமில்லை. அவள் கடன் க்யூட்டாய் இருப்பதே!

பெரியவளுக்கு 'மயக்குறுமகள்' என்ற அடைமொழி தானாய் வந்து தன்னைப் பொருத்திக் கொண்டது. அவள் பேச்சினாலும் குறும்புகளாலும் கண்மயங்க வைப்பவள். இவளோ இமைக்கணமும் விழி மூடாது ரசிக்க வைப்பவள். எத்தனை அழகு! எத்தனை பொறுமை! எத்தனை ஒழுங்கு! என்னவோர் செய்நேர்த்தி! என்றெல்லாம் அனுதினமும் வியக்க வைப்பவள். குறும்புகளில் 'கையும் காலும் தூக்கத் தூக்கும் ஆடிப்பாவை போல' தமக்கையை அடி பிறழாது பிரதியெடுப்பவள். வாசிக்கத் தெரியாத வயதிலிருந்தே புத்தகங்களை வாசித்துக் கொண்டிருப்பவள். நாம் எங்கு சென்றாலும், 'இதைக் கொஞ்சம் படிச்சுக் குடுக்கறீங்களா?' என்றபடி கையில் புத்தகத்துடன் பின்தொடர்ந்து கொண்டேயிருக்கும் அழகுப் பூனைக்குட்டி!

இந்நூல், அவளைக் கண்டு நான் ரசித்த, மகிழ்ந்த, கனிந்த, இறுமாந்த, நெகிழ்ந்த, இறும்பூது எய்திய கணங்கள்

ஒவ்வொன்றையும் மணிகளாய்த் தொட்டெடுத்து மாலையாய்க் கோர்த்திருக்கிறது. இவையனைத்தும் ‘மயக்குறு மகள்’ போன்றே முகநூலில் பதிவுகளாய் எழுதப்பட்டு பலரால் ரசிக்கப்பட்ட குறிப்புகள். இவை ஒருங்கு கூடி இங்கே பூங்கொத்தாய்த் திரண்டிருக்கின்றன.

மயக்குறு மகளுக்கு தமிழின் ஈடு இணையற்ற எழுத்தாளர் திரு. ஜெயமோகன் மதிப்புரை வழங்கினார். தமிழில் “முதன்முறையாய் ஒரு அன்னை எழுதியிருக்கும் பிள்ளைத்தமிழ்” நூல் என்றார்.

இப்புத்தகம் சமகால அற்புதக் கவிஞர்களில் ஒருவரும், நான் மிக விரும்பும் / மதிக்கும் / ஆராதிக்கும் ஆளுமையுமான கவிஞர். இசை அவர்களால் வாழ்த்தப்பட்டிருக்கிறது. இனிக்க இனிக்க அவர் அளித்திருக்கும் நற்சொற்கள் அனைத்தும் அவ்வண்ணமே பலிக்கட்டும். அவருக்கு எனது வாழ்நாள் நன்றிகள்.

இந்நூலின் அமேசான் கிண்டில் பதிப்பை வாங்கி வாசித்து பாராட்டியுரைத்த மதிப்பிற்குரிய கவிஞர்கள் திரு. கலாப்ரியா, திரு. ரமேஷ் வைத்யா ஆகியோருக்கும், மனதிற்கினிய நெடுநாள் தோழமை திருமதி.லட்சுமி பாலகிருஷ்ணன், சித்துவின் நண்பர் திரு.சரவணன் விவேகானந்தன், மற்றும் இதுவோர் வாசனைமிக்க அச்சுப்பதிப்பாக கையில் தவழ உதவிய பாரதி புத்தகாலயம் திரு. இளங்கோ ஆகியோருக்கும் பதிப்பகத்தாருக்கும் என் மனங்கனிந்த நன்றிகளும் பிரியங்களும்.

இப்புத்தகத்தை வாங்கி வாசித்துக் கொண்டிருக்கும் நீங்கள் எவராயினும் புவியின் எம்மூலையில் வசித்தாலும் என் அன்பும் ஆதுரப் புன்னகையும் உங்களுக்குரியவை.

இந்நூலில் அடிக்கடி சித்து என்று குறிப்பிடப்படுபவர் திரு.சித்தார்த் வெங்கடேசன். என் பெயரின் மறுபாதி. என்னில் அவர் பங்கு, செம்பாகம் அன்று பெரிதென்பதால் அவருக்குத் தனியாய்ச் சொல்ல ஏதுமில்லை!

என் பெற்றோர் திரு. பாலகுமார் - திருமதி.மல்லிகேஸ்வரி, டாக்டர். திரு. வெங்கடேசன் - திருமதி. கருணாதேவி ஆகியோருக்கு என் மாறாத நன்றியும் வணக்கங்களும்.

நான் பெற்ற என் செல்லக் கற்கண்டுகளுக்கு என் உடல் பொருள் ஆவி அனைத்தும்.

காயத்ரி சித்தார்த்
gayatri8782@gmail.com

கீர்த்தினியின் முதல் பிறந்தநாள்!

ஜனவரி 24, 2015

தீபத்தைக் கொண்டு சுடரேற்றிய தீபம் போலிருக்கிறாள் கீர்த்தினி. குழிந்த உள்ளங்கையினுள் வைத்து, மேலே குவிந்த கரமொன்றால் காக்கப்படும் சிற்றகல் விளக்கு.

பொக்கிஷங்கள் அனைத்தையும் தன்னுள் நிறைத்தபடி, மடி மேல் விரியத் திறந்திருக்கும் பொற்பேழை. தொட்டிலில் உறங்கும் குழிமுயல். தோளில் துவளும் வானவில். மென்பூக்களால் தொடுத்த மலர்ச்சரம். விரல் தொட்டெடுத்த தேன் துளி. குழந்தை காணும் கனவு. மொழியால் தொட்டெடுக்க முடியாத உணர்வு. இன்னதென்று எப்போதும் எவராலும் சொல்லிவிட முடியாத சுவை. அமுதம்.. அமுதம்.... அமுதம்..

அமுதினியை முழுப்பெயர் சொல்லி எவர் அழைத்தாலும் என் காதில் அமுது நீ..அமுது நீ என்றே ஒலிக்கும்.

அதற்காகவே இளையவளுக்கு கீர்த்தி நீ என்ற பெயரைத் தேர்ந்தெடுத்தேன். அவளோ புகழை விரும்பாப் பெரும்பான்மையளாய் இருக்கிறாள். நேற்றிரவு இதை எழுத முயலும்போதெல்லாம் தூக்கத்தில் எழுந்தமர்ந்து ஓஒவென்று அழுதாள். என்னைத் தூங்க வைத்த பின்புதான் அவள் தூங்கினாள்.

இன்று அவளது முதல் பிறந்தநாள். கொஞ்சித் தீருமுன்பாக குழந்தை வளர்கிறதேயென்று மென்துயரம் கொள்ளாத அன்னை இருக்க முடியுமாவென்று தெரியவில்லை. குளிர்சுனையென மடியில் கிடந்து, புரண்டெழுந்து, தவழ்ந்து, பெருகியோடத் துவங்கும் நதி கண்டு உவக்காமலும் இருக்க முடிவதில்லை.

கீர்த்தினி வளர்கிறாள். கழையின் மீதோ கயிற்றின் மீதோ நடப்பவள் போல, மெத்தையின் மீது கவனம் குவித்து நடக்கிறாள். குட்மார்னிங் சொல்வது, பறக்கும் முத்தம் தருவது, டாட்டா சொல்வது போன்ற அரிய சாகசங்களை வெகு எளிதாக நிகழ்த்திக் காட்டுகிறாள். அதைப் பாராட்டும் முகமாக அவளே கை தட்டிக் கொள்கிறாள். கீழிரண்டு, மேலே ஒன்னரை என மூணரை அரிசிப் பற்களால் வீட்டிலுள்ள அத்தனை பொருட்களையும் கடித்து, அவற்றின் உறுதியைப் பரிசோதித்து தரநிர்ணயம் செய்கிறாள். உணவை விடவும் காகிதங்கள் சுவையும் சத்தும் மிக்கவையென கண்டுபிடித்திருக்கிறாள். பிடிக்க முயலும் போதெல்லாம் தன் வாழைப்பூ விரல்களுக்கிடையில் சிக்காமல் பறக்கும் 'ஈ' என்ற சின்னஞ்சிறிய பறவை அவளுக்கு மிகுந்த கோபமூட்டுகிறது. வரமளிக்க மட்டுமே கற்று வந்த தேவதையென்பதால் அப்பறவையை மன்னித்து அப்படியே விட்டிருக்கிறாள்.

வீட்டில் குவிந்திருக்கும் அத்தனை பொம்மைகளை விடவும் மொழி அவளுக்கு பிடித்தமான விளையாட்டுப் பொருளாய் இருக்கிறது.

"இந்த பெரிய மனிதர்கள் ஏன் 'கேடட்'டை கேரட் என்றும், 'அத்தா' வை அக்கா என்றும் 'பாத்தை' வாத்து என்றும் 'தா தா தா' என்று கத்தும் பறவையை 'தாத்தா' என்றழைக்காமல் 'காக்கா' என்றும் அழைக்கிறார்கள்?" என்று விழிவிரித்து அதிசயிக்கிறாள்.

இரவில் விழித்து பகலில் உறங்கி நிலவின் தோழியாய் வாழ்கிறாள். பூ போல சிரிக்கிறாள். பிறை போல புன்னகைக்கிறாள். பொழியும் பனியென, பொங்கும் மனமென, திரட்டுப் பாலென, திகட்டா இனிப்பென, நிகழும் கணமென, வளரும் குருத்தென, நின்று காக்கும் இறையென, என் குன்றா நிமிர்வென, நான் சூடிய முடியென, தேடிய பொருளென.... என் விழியென, ஒளியென, மொழியெனத் திகழ்கிறாள்.

விதை விட்டெழுந்த முளையே.. பசுஞ்சுடரே.. எங்கள் சின்னஞ்சிறு மகளே.. உனக்கு என் மனம் கொள்ளாப் பிரியங்கள். பல்லாண்டு வாழ்க எங்கள் செல்லமே.. உன் கண்களின் கருணை அகலாதிருக்கட்டும். உன் இதழ்களில் புன்னகை நிலைத்திருக்கட்டும். உன் சொற்கள் அனைத்தும் ஆணைகளாகட்டும். உன் கரம் தொட்டதனைத்திலும் நலம்

திகழட்டும். உன் பாதம் படுமிடங்கள் பாதைகளாகட்டும். அவற்றில் பூக்கள் விரியட்டும். தோற்பாவைக் கூத்தென உலகை நிகழ்த்திக் கொண்டிருக்கும் பெருங்கரங்கள் உன் சின்னஞ்சிறு தலையின் மேல் ஆசிர்வதிக்கட்டும்.

உலகம் முழுமைக்கும் அன்னையாய் ஆகிவிட விழையும் பெருங்கருணை மிக்க ஒருத்தி. அகிலமும் சகலமும் அன்னையே என்று என்னை விட்டகலாத பேரன்பு கொண்ட மற்றொருத்தி. எதிரெதிர் துருவங்கள் இணையும் கணமாய், இருவேறு பாட்டைகள் ஒருங்கிணையும் நிலமாய் என்னைச் சமைத்திருக்கும் வாழ்க்கைக்கு நன்றி. இருவருமே எங்கள் வேண்டுதல்களைச் செவிகூர்ந்து நிறைவேற்றும் தேவிகள். எம் தோழிகள். எங்கள் வாழ்வின் அர்த்தங்கள். நிறைவென்னும் சொல்லை உணரத்தந்த இக்கணம் இன்னும் இன்னுமென ஊழிக்கரை வரை நீள்வதாக.

டிசம்பர் 17, 2015

ஹாலில் இருப்பது 32 இஞ்ச் டிவி. புதிதாக படுக்கையறைக்குள் 50 இஞ்ச் டிவி ஒன்று மாட்டினோம்.

ஹாலில் சோஃபாவில் உட்காந்திருந்த கீர்த்துவை தூக்கும்போது, டிவியைக் காண்பித்து "ம்மா.. டீவி" என்றாள். அவளின் மழலையிலும், பொருட்களை அடையாளம் கண்டு பெயர் சொல்வதைக் கேட்ட பெருமையிலும் பூரித்து, புன்னகையுடன் "ம்ம்.. ஆமா" என்றேன்.

அவளைத் தூக்கிக் கொண்டு படுக்கையறைக்குள் நுழைந்ததும், கண்களில் சந்தோஷம் பொங்க "ம்மா!! இன்னொன்னு டீவி" என்றாள். (ஒன்றிற்கு மேற்பட்ட ஒவ்வொன்றும் அவளுக்கு 'இன்னொன்னு' தான்.)

"ஹை.. ஆமாடா. இன்னொரு டிவி" என்றேன்.

உடனே கண்களையும் கைகளையும் அகல விரித்து, "ரொம்ம்ம்ம்ம்ப டீவி" என்றாள்!!!!

கீர்த்தினியின் இரண்டாவது பிறந்தநாள்!

ஜனவரி 24, 2016

பூத்தொடுக்கும் விரல்களைப் போல் சொல் தேர்ந்து சொல் தேர்ந்து எழுத முயல்கிறேன். உள்ளங்கையில் நீரள்ளி வரும் குழந்தை போல வெறுங்கை கண்டு திகைத்து நிற்கிறேன். எண்ணக் குழையும் வயிறும், சொல்லத் தவிக்கும் மனமும், சொல்லித் தோற்கும் சொற்களுமாய் நான் எழுதிக் கொண்டிருப்பது எங்கள் குட்டிச் செல்லம் கீர்த்துவிற்கான பிறந்தநாள் வாழ்த்தை. இன்று அவளுக்கு இரண்டாவது பிறந்தநாள்!

திருமணத்திற்கு முன்பு வரை எனக்கு குழந்தைகள் என்றால் கொள்ளைப் பிரியம் என்றே நினைத்திருந்தேன்.

அம்மு பிறந்த பிறகு தான் தெரிந்தது, அதுவரை பார்த்த அத்தனை குழந்தைகளிலும் நான் அவளைத் தான் தேடிக் கொண்டிருந்தேன் அல்லது அவளை மட்டுமே கொஞ்சிக் கொண்டிருந்தேன் என்பது. அவள், நிரம்பி வழியுமொரு பொற்தாலம். என் கனவுகளின் ஒற்றைப் பரு வடிவம்.

அந்த முழுமைக்குப் பின்னர் பெறக் கூடியதென ஏதுமில்லை என்று நினைத்திருந்த வேளையில் பிறந்தாள் கீர்த்தினி!

ஒரே அச்சில் வார்த்தெடுத்த இன்னுமொரு பொற்சிலை. சுடரிலிருந்து பற்றிக் கொண்ட பூஞ்சுடர். கனியக் கனிய ஒளி வீசும் நிலவு. விழித்த பின்னும் தொடரும் கனவு. நாளெல்லாம் மணம் பரப்பும் மகிழம்பூ. வீடெங்கும் பறந்து திரியும் பட்டாம்பூச்சி. தொட்ட விரலில் ஒட்டிக் கொள்ளும் வண்ணம் அவளுடையது. பாடலுக்குப் பின்னும் நீளும் இசை அவளைப் போன்றது. அக்காவின் அழகு, அறிவு இத்யாதிகளோடு முன்னவள் விட்டு வைத்திருந்த பொறுமை, பொறுப்பு, ஒழுங்கு, செய்நேர்த்தி, முடிவெடுப்பதில் தெளிவு, எடுத்த முடிவில் உறுதி ஆகியவற்றால் ஆனவள்.

வாழைப்பழத் தோலை, சாக்லேட் கவரை, கழற்றிய டயாப்பரை, கசக்கிய டிஷ்யூ பேப்பரை, சிந்திய சோற்றுப் பருக்கைகளை மறக்காமல் எடுத்துப் போய் குப்பைத்

தொட்டியில் போடும் குழந்தையை இவளுக்கு முன்பாக நான் பார்த்ததில்லை.

ஒழுகும் மூக்கைச் சுருக்கிக் கொண்டு உதடுகளை இறுக்கி மூடிக் கொண்டு "ம்ம்ம்..ம்ம்ம்.." என்று அழைத்து துடைத்துவிடச் சொல்லி நானறிந்த எக்குழந்தையும் சொன்னதில்லை.

எடுத்த பொம்மையை, பொருளை, புத்தகத்தை அதே இடத்தில் வைத்து விட்டு மற்றொன்றை எடுக்கும்படி நானோ வேறு எவருமோ சொல்லித் தரவில்லை.

இரண்டு வயதிற்குள்ளாக சாப்பிடுவது, சோப் போட்டுக் கொள்வது, எஸ்கலேட்டரில் ஏறுவது, மருந்து குடிப்பது போன்றவற்றை "நானே நானே.." என்றபடி நானே கூட செய்து கொண்டதில்லை.

இந்த வயதில் இத்தனை ஒழுங்கா! இத்தனை பொறுப்பா!! என்று நான் வியந்து மகிழ்ந்து கொண்டிருக்க, சித்துவோ இன்னும் 20 வருடங்கள் கழித்து வரவிருக்கும் மருமகனை நினைத்து இப்போதே வருந்திக் கொண்டிருக்கிறார்.

தவறானவற்றை யார் செய்தாலும் "ம்ம்ம்.. தப்பு" என்று உறுமலாய் கண்டிப்பாள். "அக்கா.. தப்பு அக்கா" என்ற மிரட்டலை ஒரு நாளில் அடிக்கடி கேட்க வேண்டியிருக்கும். சோஃபாவின் முனையில் படுக்க வைக்க முயன்ற சோட்டா

பீம் பொம்மை திரும்பத் திரும்ப கீழே விழுந்த போதும் பாரபட்சமின்றி அதே அறச்சீற்றத்தோடு " ச்சோட்டா பீம், தப்பு சோட்டா பீம்" என்று கண்டித்தாள்.

கண்டிக்கிறாள் என்பதற்காக அவள் கருணையற்றவள் என்றில்லை. அக்காவைக் கடித்தாலும் அடித்தாலும் உடனே வருந்தி "சாரி" சொல்லக் கூடியவள்.

கைபட்டு கீழே விழுந்த ஃப்ளாஸ்க்கை எடுத்து, வாஞ்சையாய் தடவிக் கொடுத்து முத்தமிட்டு "சாரி" சொன்னவள்.

ஒருமுறை அவள் உறங்குகையில் அணைப்பிற்காக வைத்த தலையணை அவள் முகத்தில் சரிந்து விழுந்தது.

கோபமாய் முழங்கையால் இடித்து அதை நிமிர்த்தினாள்.

மீண்டும் விழுந்தது. மீண்டும் நிமிர்த்தினாள். மீண்டும்.. மீண்டும். ஒரு கட்டத்தில் பொறுமையிழந்து எழுந்தவள், ஆக்ரோஷமாய் பாய்ந்து தலையணையை ஒரு கடி கடித்தாள். பின் சுட்டு விரல் நீட்டி "தப்பூ" என்று எச்சரித்தபடி சில கணங்கள் முறைத்தாள்.

அடுத்து அவள் செய்தது தான் அற்புதம். தலையணையை இழுத்து அவள் கடித்த இடத்தை மெல்லத் தடவிக் கொடுத்தாள்.

பின் கொஞ்சலாய், " சாயி.. (சாரி) என்றபடி கட்டி அணைத்துக் கொண்டாள்.

இதுவும் அவள் கருணையையே வெளிப்படுத்துகிறது என்றேன் நான். "உண்மை தான். உன்னைப் போலவே இருக்கிறாள். அது.. அது வந்து.. அடிக்கற கை தான் அணைக்கும். இது கருணையே தான் என்றார்" சித்து.

தமிழென்றும் தெலுங்கென்றும் நாங்கள் பேசிக் கொண்டிருக்கும் மொழிகளின் போதாமையால், தானே தனக்கென்று ஒரு மொழியை உருவாக்கிக் கொண்டு கடந்த ஒன்னேகால் வருடமாய் அதன் மூலமே உரையாடிக் கொண்டிருந்தவள், இப்போது "கல் தோன்றி மண் தோன்றாக் காலத்தே" தோன்றிய மொழியின் பெருமையை அரை மனதாய் ஒப்புக் கொண்டு தமிழ் பேச ஆரம்பித்திருக்கிறாள். அய்யோ! மழலை என்பது இது தானா!! உலகின் அத்தனை இசைக்கருவிகளும் இதைத் தான் மீள மீள பேசிக் கொண்டிருக்கின்றனவா? தேமதுரத் தமிழோசை என்று குழந்தை பேசும் தமிழைத் தான் சொன்னார்களா!

அவள் கண்களைச் சுழற்றும் அழகிலும் மிழற்றிப் பேசும் சொற்களிலுமே என்னாயுள் நீள்கிறது. தத்தி நடக்கும் அவள் பின்னால் துள்ளித் திரியும் கொலுசொலிக்கும் முத்தமிடத் தோன்றுகிறது. வத்திப்புகையென கசியும் மனது அவளை முதன் முதலாய் பார்த்த கணத்தை எண்ணி கனிந்து நிற்கிறது.

எங்கள் சர்க்கரைக் கட்டி! உன் நாட்கள் இனிதாகுக. உன் மகிழ்ச்சி நிலைத்து வளர்க. நீளாயுளும் நிறைசெல்வமும் குன்றாப் புகழும் மங்கா வளமும் உறவும் சுகமும் என்றும் எப்போதுமென உன்னோடிருப்பதாக. பிறந்தநாள் வாழ்த்துக்கள் செல்லம்.

ஏப்ரல் 21, 2016

அம்மு 10 மாதக் குழந்தையாய் இருக்கும்போதே பேச ஆரம்பித்தாள். ஒன்னரை வயதிலேயே அட்சர சுத்தமாய் ஸ்லோகங்கள் சொல்வாள்.

கதைகள், ரைம்ஸ் சொல்வாள். பாட்டுப்பாடுவாள். ராமாயணக் கதையை வெறும் 10 வரிகளில் நான் சுருக்கமாகச் சொல்லிக் கொடுத்ததை வரி பிசகாமல் அப்படியே சொல்வாள். குரல் தான் குழந்தைக்குரலாக இருக்குமே தவிர, உச்சரிப்பில் துளிக் கூட மழலை இருக்காது.

நீட்டி முழக்கி பாட்டி போல பேசுவாள். 'இந்தப் பொண்ணுக்கு மழலையே இல்லையே' என்று கூட ஏங்கியிருக்கிறேன். கீர்த்துவும் ஏழாம் மாதத்திலேயே அத்தை, தாத்தா, நானா என்று சொல்ல ஆரம்பிக்கவும், இவளும் அக்காவைப் போலத்தான் என நினைத்திருந்தேன்.

ஆனால், என் ஏக்கத்தைப் போக்குவதற்கென்றே இரண்டு வயதாகியும் இன்னமும் அப்படியொரு மழலை பேசிக் கொண்டிருக்கிறாள்!

அவள் கொஞ்சிக் கொஞ்சிப் பேசுவதில் நாளெல்லாம் சொக்கிக் கிடப்பதோடு நின்றுவிடாமல், இலந்தைப்பழம் பொறுக்கும் சிறுமி போல, அவள் சொற்களை சேகரித்துக் கொண்டுமிருக்கிறேன்.

அவற்றில் சில:

தாத்தேன் - மாட்டேன்

மீமீ / மியா - பூனை

Bay ன்னா *Bird*, *Baa* ன்னா *Ball*, *Baba* ன்னா (லாஜிக்கே இல்லாம) பால்

நானி - தாங்க

இப்பு - க்ளிப்

இப்ப - செப்பல்

ட்டி - கட்டிக்கோ

ட்டு – பொட்டு

உப்பை - குப்பை

டிச்சு - டிஷ்யூ

தூ - தூங்கு

கொஞ்சம் தா - கொஞ்சம் தள்ளு

காக்கு - சாக்லேட்

அம்மினி - அமுதினி

ஆய்த்தி - காயத்ரி

இத்தூ - சித்து

ஈத்தினி - கீர்த்தினி

ஐதவ்லூ - ஐ லவ் யூ

அவோ - ஐயோ

அவ்வவ்வோ - ஐயய்யோ

ஆப்பு - ஆப்பிள்

ஆப்பி - ஏரோப்ளேன்

ண்ணி ந்னா தண்ணி, இப்பண்ணின்னா சிப்பர்ல

இருக்கற தண்ணி, பாட்டினி ந்னா பாட்டில் ல இருக்கற தண்ணி, டீண்ணி ந்னா டம்ளர்ல இருக்கற தண்ணி.

புஆ - புறா

காவு - கார்

நைட்டு - லைட்டு

இங்க பா - இங்க பார்

அவ்வி - அழகி

சென்னக்குட்டீ - செல்லக்குட்டி

சென்னம் மண்ணு - செல்லம், கண்ணு

பீத்தா அவ்வி - இதுக்கு அம்மு தான் அர்த்தம் கண்டுபிடிச்சா. பிரின்சஸ் அழகி ந்னு அர்த்தம். பீத்தா அவ்வி டிரஸ் வேணும்னு கேட்டான்னா அழகா புஸ்ஸுன்னு பார்ட்டி வேர்

போட்டு விடனும்.)

இது பூக்காது - இது புடிக்காது

எக்கு பேபி உவேங் வேங் வேங்? - எதுக்கு பேபி அழுவுது?

எக்கு ஊஊவா இக்க? காச்சயா உனக்கு? - எதுக்கு சூடா இருக்க? காய்ச்சலா உனக்கு?

பியாத்த - பிரியா அத்தை

புத்தா - முத்தம்

புய்ய - புரியல

இய - இல்ல

ச்சாயி - சாரி

குய்யி - குருவி

கிச்சா - கிருஷ்ணா

டெச் - டிரஸ்

வெக்கா இருக்கு - வெட்கமா இருக்கு

வக்கு - வலிக்குது

தாக்கூ - தேங்க் யூ

ஊப்புடு - யூ டியூப்

கொம்பு - குழம்பு

அச்சம் புவா - ரசம் சாதம்

ஊஊ - சுடுது

கா - காரமா இருக்கு

ஈடி - எந்திரி

நாப்பாப் - லாலி பாப்

ஜாஜ்ஜு போடு - சார்ஜ் போடு

நானு கப்பன் - நான் கட் பண்றேன்

ஜோச்சா நொம்ப புக்கும் -ஜோஸ்வாவை (பக்கத்துவீட்டு ஜோனாவோட தம்பி) ரொம்ப புடிக்கும்.

ஒட்டபேபி- ஒட்டகச்சிவிங்கி

மாமாமா - டெடிபேர் (டெடிபேருக்கும் மாமாமாக்கும் என்ன சம்பந்தம்னு யாரும் கேக்கக் கூடாது.

'டெடிபேர் டெடிபேர் டர்ன் அ ரவுண்ட் ரைமைக் கூட மாமாமா, மாமாமா ட ந அவுண்' ந்னு தான் பாடறா)

டிக்க வா" - கிட்ட வா. கிட்டயே இருக்கறப்பவும் டிக்க வா" ந்னு சொன்னா என் பக்கம் திரும்பு / என்னைப் பாரு ந்னு அர்த்தம்

நானுக்கும் தலை வீசுங்கம்மா" - அப்டின்னா அக்காக்கு மாதிரியே எனக்கும் தலை சீவி விடுங்கன்னு அர்த்தம்.

என்னை' ந்ற வார்த்தைய மறந்துட்டு வடிவேலு மாதிரி தன்னோட முகத்துக்கு நேராவே விரலை நீட்டிகிட்டு, "எக்கு நீயை திட்டிட்ட? ந்னு கேட்டா "எதுக்கு என்னை திட்டின?" ந்னு நியாயம் கேக்கறான்னு அர்த்தம்.

"அக்கா போயி சொல்ட்டா" ந்னு புலம்பினா அக்காக்காரி "போடீ" ந்னு திட்டிட்டான்னு அர்த்தம்.

“ஜியாமா வக்கு” ந்னு சொன்னா வலிக்கற மாதிரி நடிச்சிகிட்டே “நிஜமா வலிக்குது” ந்னு பொய் சொல்றா கள்ளின்னு அர்த்தம்.

“சிப்பு நானிம்மா” ந்னு கேட்டான்னா சிப்ஸை தான் கேக்கறான்னு நினைச்சிடக் கூடாது. அது பிஸ்கட்டாவும் இருக்கலாம்.

எம்பூ இக்கு” ந்னு சொன்னான்னா ஊட்டின சாப்பாட்டுல எலும்போ முள்ளோ இருக்குன்னு அர்த்தம். ஆனா தாளிச்சுக் கொட்டின உளுத்தம்பருப்பு பல்லுல சிக்கினாலும் கலவரமாகி “எம்பூ இக்கு.. எம்பூ இக்கு” ந்னு துப்பிடுவா.

“மங்கலா இக்கு” அப்டின்றதுக்கு நேரடிப் பொருளே கிடையாது. நெட் ஸ்லோவா இருக்கறப்ப யூ டியூப்ல வீடியோஸ் blur ஆ தெரியுமில்ல.. அப்பல்லாம் ‘மங்கலா இருக்கு.. பாக்காத”ன்னு அம்முகிட்ட சொல்றத அப்டியே புடிச்சிகிட்டா சின்னக்குட்டி. அவ காலைக் காமிச்சு “மங்கலா இக்கு” ந்னு சொன்னா அவ காமிக்கற இடத்துல சொறிஞ்சி விடனும்.

“ரூம் மங்கலா இக்கு”ந்னு சொன்னா லைட்டை போடனும். “டெச் மங்கலா இருக்கு” ந்னு சொன்னா டைட்டா இருக்குன்னு புரிஞ்சிகிட்டு கழட்டி விடனும். போனைக் காமிச்சு “மங்கலா இக்கு” ந்னு சொன்னா போனை அன்லாக் பண்ணிக் குடுக்கனும். இப்டி சிச்சுவேஷனைப் பொறுத்து அர்த்தம்

மாறிகிட்டே இருக்கும்.

காய்ச்சல்ல இளைச்சுப் போன அவ குட்டி வயித்தைத் தொட்டு, “இது தொப்பை இல்ல.. ” ந்னு சொன்னா, “இது தொப்பை ஆமா” ம்பா கோவமா!

“அது சூடா இருக்குது. தொடாத” ந்னு சொன்னா தைரியமா தொட்டுப் பார்த்துட்டு “ஊஊவா இக்குது இய” ம்பா சிரிச்சிகிட்டே.

காக்கா தூக்கிட்டுப் போனத திருப்பி குடுத்துடுச்சுன்னு சொல்லி எதையாச்சும் குடுத்தம்னா சீலிங்கை அண்ணாந்து பாத்து “குக்கே காக்கா” ம்பா. காக்கா குட்கேர்ளாம். அவங்க நானாவும் கூட அவ கேக்கறத செஞ்சார்னா “குக்கே நானா” தான்.)

அமுதினி அவளுடைய வண்ணப்பில்லைகளைத் தூரிகையால் தொட்டுத் தொட்டு வண்ணங்களை இழைத்து படம் வரைவது போலவே, மொழியைக் குழைத்துக் குழைத்து அத்தனை அழகாய் பேசிக் கொண்டிருக்கிறாள் இந்தப் பெண்! முடிந்தவரை அவற்றையெல்லாம் ஒலிப்பதிவு செய்து வைத்திருக்கிறேன். எழுதி வைக்க வேண்டுமென நினைத்துக் கொண்டேயிருந்ததற்கான தருணம் இப்போது வாய்த்திருக்கிறது!

ஏப்ரல் 22, 2016

சரவணபவனுக்குச் சென்றிருந்தோம். கூட்டம் அதிகமாயிருந்தது. பேபி சேர் கிடைக்காததால்,

கீர்த்துவை அம்முவின் அருகில் பெரியவர்கள் உட்காரும் சேரிலேயே உட்கார வைத்தேன். குட்டியூண்டு இருந்ததால் ஆள் இருப்பதே தெரியவில்லை. டேபிளுக்கு மேலே இட்லியை பிட்டு எடுப்பதும், டேபிளுக்கு கீழே குனிந்து அவளுக்கு ஊட்டுவதுமாய் இருந்தேன். அவளுக்கோ அக்காவுக்கு சரி சமமாய் சுதந்திரமாய் உட்கார வைக்கப்பட்டதில் பெருமை தாங்கவில்லை!

திடீரென ஒரு பேபி சேர் காலியாவதைப் பார்த்ததும்,

“கீர்த்துக்குட்டி இருடா.. அம்மா போய் உனக்கு பேபி சேர் எடுத்துட்டு வரேன். இறங்க டிரை பண்ணாத, கீழ வுழுந்துடுவ..”

என்றபடியே அவசரமாய் எழுந்தேன். அவள் என்னைவிட அவசரமாய் எட்டி என் சுடிதாரைப் பிடித்து இழுத்து,

“பேபிச்சே மாணாம்” என்றாள்.

நான் திகைத்து, “பேபி சேர் வேணாமா? ஏண்டா வேணாம்?” என்று கேட்டுக் கொண்டிருக்கையில் ஒரு சர்வர் அருகில் வந்து, “அங்க பேபி சேர் இருக்குங்க மேடம். பாப்பாக்கு கொண்டு வரச் சொல்லவா?” என்றார்.

“அதான் எடுக்கலாம்னு எந்திரிச்சேன். பேபி சேர் வேணாம்”ன்றா.. என்று அவரிடம் சொல்லிவிட்டு திரும்பவும்

அவளிடம், "ஏண்டா பேபி சேர் வேணாம்?" என்றேன். அவள் சொன்ன பதிலில் அந்த சர்வர் திகைத்துப் போய் வாயைப் பொத்திக் கொண்டார்.

"பேபிச்சே மாணாம்.. நானு பேபி இய"!

ஏப்ரல் 23, 2016

வெளியில் கிளம்பினோம். அம்மு ஒரு குட்டி back bag ல் நிறைய பொம்மைகளைப் போட்டு நிரப்பி முதுகில் மாட்டிக் கொண்டு கிளம்பினாள்.

"அம்மும்மா.. அந்த பேக்கை கழட்டி வெச்சிட்டு வா. வெளில போறப்ப எந்த டாயும் எடுத்துட்டு வரக் கூடாதுன்னு சொல்லிருக்கனில்ல?"

"அம்மா.. ப்ளீஸ்மா.. ஆசையா இருக்கு மா.. ப்ளீஸ் ப்ளீஸ்.."

"நோ கண்ணு.. இப்டி தான் சொன்ன பேச்சு கேட்காம பார்பி டாலை வெளில எடுத்துட்டு வந்து தொலைச்சிட்டல்ல? சொன்னா கேக்கனும்.. வெச்சிட்டு வா."

"ஹ்ம்ம்.. ஓகேம்மா. இதுக்குள்ள நீங்க குடுத்த சாக்லேட்ஸ் போட்டு வெச்சிருக்கேன். அத மட்டும் எடுத்துட்டு வந்துடறேன்."

"ம்ம்.. சரி. சீக்கிரம் வா"

சொல்லிவிட்டு திரும்பினால் கீர்த்துவின் கையில் சின்ன பந்து ஒன்று இருந்தது.

"ஓய்.. உனக்கு தனியா சொல்லனுமா? பாலை வெச்சிட்டு வா"

"ஹேங்ங்ங்.. இட்ஸ் மைஜஜஜ... (mine) தாத்தேன்.."

"குட்டிம்மா.. வெளில போறப்ப டாய்ஸ் எதுவும் எடுத்துட்டு வரக் கூடாது. குடு அம்மாகிட்ட.."

"தாத்தேன்.. தாத்தேன்.."

"ஏய்.. பாப்பா குட்கேர்ள் தான? இங்க பாரு அக்கா அவ டாய்ஸெல்லாம் வெச்சிட்டா பாரு. நீயும் அதே மாதிரி வெச்சிடுவியாம்.."

"நோஓஓஓ.. தாத்தேன்.."

"கீர்த்து அம்மாக்கு கோவம் வருது. இப்ப வைக்கப் போறியா இல்லியா?"

"அம்ம்ம்ம்மா.. நானுக்கு தா வக்குது.. பேசாம இ"

(எனக்கு தலை வலிக்குது. பேசாம இரு - சொல்ற மாடுலேஷன் கூட அப்டியே என்னோடது.)

"!!!???!??!!.....

"அம்மும்மா.. சாரி அம்மும்மா. நீ அந்த பேக்கை எடுத்துட்டே வா."

(அம்மு வயித்துல இருக்கப்ப அவ சித்து மாதிரியே இருக்கனும்னும் இவ வயித்துல இருக்கப்ப என்னை மாதிரியே இருக்கனும்னும் ஆசைப்பட்டேன் தான். அதுக்காக.. இப்டியா?)

பி.கு: கொண்டு வந்த பந்தை தொலைச்சிட்டு தான் திரும்பி வந்தான்றது உபதகவல்.

ஏப்ரல் 24, 2016

பிறந்ததிலிருந்து சமத்து சர்க்கரைக் கட்டியாக இருந்த கீர்த்துவிற்கு இரண்டு வயது முடிந்ததிலிருந்து அக்காவைப் போலவே வால் முளைக்க ஆரம்பித்து விட்டது. அதிலும் வெளியில் எங்காவது அழைத்துப் போனால் அட்டகாசம் தாங்க முடிவதில்லை. ஒரு இடத்தில் கால் தங்காமல் ஓடிக் கொண்டேயிருப்பாள்.

ஒரு முறை லூலூ ஹைபர் மார்க்கெட் போயிருந்தோம். ஷாப்பிங் ட்ராலியில் உட்கார்ந்திருந்த கீர்த்து இறக்கி விடும்படி கேட்க ஆரம்பித்து ஒரு கட்டத்தில் பொறுமையிழந்து அழ ஆரம்பித்தாள். வேறு வழியில்லாமல் அவளை கீழே இறக்கி விட்டு சித்துவை பார்த்துக் கொள்ளச் சொல்லிவிட்டு நான் ஷாப்பிங்கைத் தொடர்ந்தேன்.

அவள் இறங்கிய வேகத்தில் நிலைகொள்ளாமல் ஓடி ஓடி செஃல்பில் அடுக்கி வைக்கப்பட்டிருந்ததில், அவள் கைக்கு எட்டிய பொருட்களையெல்லாம் இழுத்து கீழே போடத் தொடங்கினாள். டப்பாக்களும் பாட்டில்களும் டின்களும் கீழே விழுந்து உருளவும் எல்லோரும் திரும்பிப் பார்த்தனர்.

சித்து " ஐய்யய்யோ" என்று பதறிக் கொண்டே ஓடி ஒவ்வொன்றாய் எடுத்து அடுக்க ஆரம்பித்தார். அதற்குள் அவள் சிரித்துக் கொண்டே ஏதோவோர் திசையில், ஜனங்களுக்கிடையே புகுந்து வேகமாய் ஓடத் தொடங்கினாள்.

சித்து பொருட்களை அப்படியே போட்டு விட்டு, "கீர்த்தும்மா, கீர்த்து நில்லு" என்றபடி பின்னால் ஓடினார். சிரித்துக் கொண்டே அவர் கரங்களுக்குள் திமிறிக் கொண்டிருந்தவளை குண்டுக்கட்டாகத் தூக்கிக் கொண்டு பழங்கள் அடுக்கியிருக்கும் பிரிவிற்கு வந்தவர்,

"ஷாப்பிங் பண்ண வரைக்கும் போதும். உடனே கிளம்பு.. என்னால முடியல. ரொம்ப அமர்க்களம் பண்றா. எனக்கு லிஸ்ட் அனுப்பு. நான் நாளைக்கு ஆபீஸ் விட்டு வர்றப்ப எல்லாம் வாங்கிட்டு வர்றேன்"

என்றார். நான் ஆப்பிள்களை எடுத்து கவரில் போட்டுக் கொண்டே,

"ப்ச்.. முக்கால்வாசி பர்ச்சேஸ் முடிஞ்சிடுச்சு. இன்னும் ஃப்ரூட்ஸும், காய்கறியும் மட்டும் தான். இன்னும் பத்தே நிமிஷம் தான். கொஞ்சம் சமாளிங்க..கிளம்பிடலாம்.."

என்று சொல்லிக் கொண்டே திரும்பினால்,

சித்துவின் கையிலிருந்து எப்போதோ நழுவிக் கீழிறங்கியிருந்த கீர்த்து, சற்று தள்ளி அடுக்கியிருந்த ஸ்டிராபெர்ரி, ப்ளூ பெர்ரி பழப்பாக்கெட்டுகளை எடுத்து அவற்றின் ப்ளாஸ்டிக் கவரைக் கிழித்து கீழே கொட்டி, ஸ்டிராபெர்ரிகளை பாதி கடிப்பதும், மீதியை கையால் கசக்கிப் பிழிந்து கீழே வீசுவதுமாயிருந்தாள்.

பார்த்ததும் சித்து என்னை முறைக்கக் கூட நேரமில்லாமல் அவளை நோக்கி ஓடினார். மீண்டும் அவளைத் தூக்கிக் கொண்டு வந்து, "இன்னும் 10 நிமிஷம் தான். கிளம்பிடனும்" என்றார் கறாராய்.

"கண்டிப்பா.. அது வரைக்கும் அவளை சமாளிக்க ஒரு ஐடியா சொல்றேன். காய்கறி செக்ஷனுக்கு போய், 'இது என்ன? கேரட்.. இது என்ன? தக்காளி' ந்னு ஒவ்வொன்னா காமிங்க. அவளே ஜாலியா திருப்பி சொல்லுவா. இறங்க டிரை பண்ண மாட்டா" என்றேன்.

அதிருப்தியாய் முகத்தை வைத்துக் கொண்டு தூக்கிப் போனவர், இன்னமும் பரிதாபகரமான நிலையில் சுவற்றிலடித்த பந்து போல உடனே திரும்பி வந்தார்.

"ஏய்.. இவ ரொம்பப் படுத்தறா. என்னால முடியல.

கிளம்பு போலாம்"

"ஏன் என்னாச்சு?"

"நீயே வந்து பாரு.. இங்க வா. கீர்த்தும்மா இது என்ன சொல்லு?.. வெங்காயம்"

"ம்ம், ங்காயம்.." என்றவள், வேறொரு வெங்காயத்தை எடுத்து, "நானா இது என்ன?"

"அதான் சொன்னனேம்மா.. வெங்காயம்"

அவள் மற்றொரு வெங்காயத்தை எடுத்து,

"இதி என்ன நானா?"

"ஆ ஆ.. அதுவும் வெங்காயம் தான் மா"

அவள் அதைப் போட்டுவிட்டு வேறொரு வெங்காயத்தை எடுக்க, எனக்கு சிரிப்பு பீறிட்டு வந்தது.

"சூப்பர்ப்பா.. இதுல எப்டியும் 20 கிலோ வெங்காயமாச்சும் இருக்கும். நீங்க இப்டியே அவகிட்ட சொல்லிகிட்டே இருங்க.. நான் பத்தே நிமிஷத்துல வந்துடறேன்" என்றபடி எஸ்கேப்பானேன்.

மே 31, 2016

அக்காவும் தங்கையுமாய் சேர்ந்து பாத்டப்பில் குளித்துக் கொண்டிருந்தார்கள். கீர்த்து, 'அக்கா, அக்கா' என்று அழைக்கும்போதெல்லாம் அம்மு கிண்டலாய், 'என்ன தங்கச்சி.. சொல்லு தங்கச்சி..' என்று சொல்லிக் கொண்டிருந்தாள். கீர்த்து, 'தங்கச்சி' என்ற வார்த்தையை அப்போது தான் கேட்கிறாள் போல. இவளும் திரும்ப அம்முவை தங்கச்சி, தங்கச்சியென்றே அழைக்க ஆரம்பித்தாள்.

அம்மு மறுத்து மறுத்து சொல்லிக் கொடுக்கப் பார்த்தாள். ஒரு கட்டத்தில் அம்முவிற்கு கோபம் வந்துவிட்டது.

அம்மு: “ஏய்.. தங்கச்சி சொல்லாதடி. நான் அக்கா”

கீர்த்து: “இய்ய.. நீ தங்கச்சி தான்”

அம்மு: “சொல்றேனில்ல..? சொன்னா கேக்க மாட்டியா? அக்கா, தங்கச்சி இல்ல. அக்கா, அக்கா தான். நீ தான் தங்கச்சி

கீர்த்து: நோ.. நானு தங்கச்சி இய.

இதே ரீதியில் கேட்பவர்களுக்கு தலைமுடியெல்லாம் கொட்டிப் போகுமளவிற்கு நீண்ட சண்டைக்கு, ஹாலில் கீரை ஆய்ந்து கொண்டிருந்த நான் நாட்டாமையாக நியமிக்கப்பட்டேன்.

அம்மு: அம்மா.. இவ என்னை தங்கச்சின்னே சொல்றா. நான் தங்கச்சி இல்லல்ல? அக்கா தான?

நான்:ஆமா டா..

கீர்த்து:அம்மா.. நானு.. நானு.. தங்கச்சி இய்ய தான? அக்கா தான தங்கச்சி? (பே!)

நான்: இல்லடா... நீ தான் தங்கச்சி

அம்மு: ம்ம்.. நல்லா கேட்டுக்கோ. இனிமே என்னை தங்கச்சின்னு சொன்ன பிச்சிப்புடுவேன்.

வழக்கில் தோல்வியுற்ற கீர்த்து அடுத்து என்ன சொல்வாளென்று காத்திருந்தேன். அவள் அங்கிருந்தபடியே கேட்ட கேள்வி என்னை அசர வைத்தது. பிரச்சினையை அப்படியே கிடப்பில் போட்டுவிட்டு வெறுமனே,

“அம்மா.. ஆமாவாம்மா? இல்லியாம்மா?” என்றாள்!

நான் வேண்டுமென்றே... “ஆமா டா” என்றதும், அவள் அக்காவிடம் திரும்பி,

“நய்யா கேட்டுக்கோ.. நீ தான் தங்கச்சி” என்றாள்!!

ஜூன் 2, 2016

2016ஆம் வருடம் ஜூன் 1ஆம் தேதி அமுதினிக்காக எழுதிய ‘மயக்குறுமகள்’ விகடன் பதிப்பாக வெளியானது. மே 28 அமுதினியின் பிறந்தநாள்.

இரண்டையும் ஒன்றாய்க் கொண்டாட வீட்டிலேயே சாக்லேட் கேக் செய்திருந்தேன். கேக்கின் மீது உருக்கிய சாக்லேட் கலவையை ஊற்றி நிரவிக் கொண்டிருக்கையில், கீர்த்து 'எனக்கு, எனக்கு' என்று பறந்தாள்.

வேலை முடிந்ததும், எஞ்சிய சாக்லேட் பூச்சோடு இருந்த பெரிய மரக்கரண்டியை அப்படியே அவளிடம் கொடுத்து விட்டேன். பெரிய்ய்ய்ய சைஸ் சாக்லேட் லாலிபாப் என்று நினைத்தாளோ என்னவோ, 'ஹா' என்று கண்களை விரித்தபடி வாங்கினாள். பாதி சாப்பிட்டுக் கொண்டிருந்தவள், திடீரென்று அதிர்ச்சியாகி,

"அம்மா இது குச்சியா? குச்சியா எனக்கு செஞ்சு தந்தீங்க?"

என்றாள் கோபமாக.

ஜூன் 6, 2016

ஒருநாள் காலையில், ஹாலில் அமர்ந்து கீரை ஆய்ந்து கொண்டிருந்தேன். கீர்த்து விழித்தெழுந்து, அருகில் என்னைக் காணாமல் அழுதபடியே கட்டிலிலிருந்து இறங்கி வந்து, என் மீது பக்கவாட்டில் சாய்ந்து உட்கார்ந்து சிணுங்க ஆரம்பித்தாள். தூக்கக் கலக்கம்!

அழுது கொண்டிருந்தவளை திசை திருப்ப, முருங்கை இலையில் ஊர்ந்து கொண்டிருந்த குட்டிப் புழு ஒன்றை சிறு குச்சியில் கவனமாய் எடுத்து “இங்க பாருடா புழு” என்று அவள் முன் வைத்தேன். அவள் அதுவரை புழுவைப் பார்த்ததே இல்லை. சட்டென்று அழுகையை நிறுத்திவிட்டு, தன் பெரிய கண்கள் வியப்பில் விரிய அந்த புது ஜீவராசியை வேடிக்கை பார்க்க ஆரம்பித்தாள். பின் நிமிர்ந்து,

"அம்மா, புஉ ஏன் பட்த்து பட்த்து போவுது? எக்கு நந்து போ மாட்டிங்குது? நந்து போ சொல்லுங்க" என்றாள்.

ஆகஸ்ட் 9, 2016

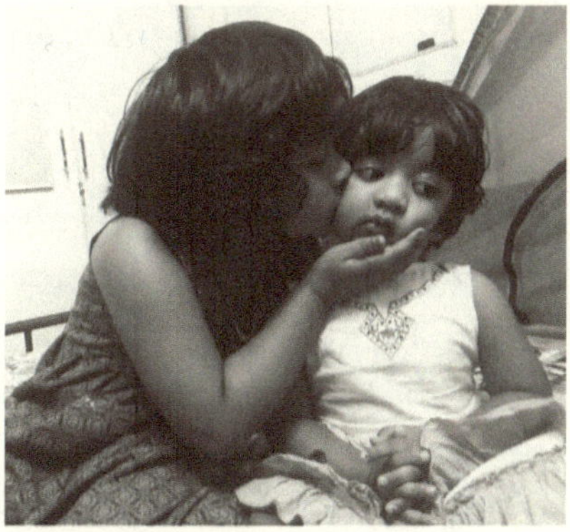

சோஃபாவில் அமர்ந்து மொபைலை நோண்டிக் கொண்டிருந்தேன். பொம்மைகளை வைத்து விளையாடிக் கொண்டிருந்த மகள்கள் இருவரும், கண்ணாமூச்சி ஆடுவதென முடிவு செய்தார்கள். அம்மு கீர்த்துவிடம்,

"எங்காச்சும் போய் ஒளிஞ்சிக்கோ.. அக்கா டென் எண்ணிட்டு வந்து கண்டு புடிக்கறேன்" என்று விட்டு, கிச்சனுக்குள் நுழைந்து கதவிற்குப் பின்னால் மறைந்துகொண்டு எண்ண ஆரம்பித்தாள்.

வோடஃபோன் நாய்க்குட்டி போல அக்காவையே பின் தொடரும் தங்கை, பின்னாலேயே தானும் கிச்சனுக்குள் நுழைந்து அவள் திரும்பி நின்று எண்ணுவதை அண்ணாந்து வேடிக்கை பார்த்து,

"ஒன், டூ, த்ரீ.. ஏய் இங்கயே ஏண்டி நிக்கற? போய் சீக்கிரம் ஒளிஞ்சிக்கோ" என்று அவள் கத்தியதும் திகைத்து குடுகுடுவென வெளியே ஓடி வந்தாள்.

ஹாலுக்கு வந்ததும் எந்த திசையில் ஓடுவதெனத் தெரியாமல் பரபரப்பாய் சுற்றும்முற்றும் பார்த்தவள், "சிக்ஸ்.. செவன்.." என்ற குரலில் டென்ஷனாகி, கோவிலில் விழுந்து கும்பிடுவது போல தடாலென நடு ஹாலில் குப்புறக் கவிழ்ந்து முகத்தை மூடிக் கொண்டாள். *(ஒளிஞ்சிகிட்டாங்களாம்!)*

"டென்ன்ன்ன்ன்..."

கூவியபடி வெளியே வந்த அம்மு, நடுக்கூடத்தில் குப்புறக் கிடப்பவளைப் பார்த்து ஹ்ம்ம்ம்.. என்று சலித்துக் கொண்டு அவள் முதுகைத் தொட்டு எழுப்பி..

"ஏய் இப்டி ஒளியக் கூடாது கீர்த்து. உனக்கு வெளாடவே தெரில. வா.. அக்கா உனக்கு சொல்லித் தர்றேன்.." என்று

கைப்பிடித்து அழைத்துப் போய் பாத்ரூம் கதவிற்குப் பின்னால் நிற்க வைத்து,

"இங்கயே நில்லு. சரியா..? அக்கா போய் டென் எண்ணிட்டு வந்து உன்னை கண்டுபிடிக்கறேன்."

என்றபடி திரும்பி வந்தாள்.

அடுத்து ஒருமணி நேரம் இவள் நிற்க வைத்த இடத்தில் அவள் காத்திருப்பதும், அதைத் தவிர மீதி இடங்களிலெல்லாம் "கீர்த்து.. எங்கருக்க கீர்த்து.." என்றபடி இவள் தேடுவதும், கண்டுபிடித்ததும் இருவரும் ஆர்ப்பரித்து குதூகலிப்பதுமாய்ப் போனது.

சத்தியமாய் இத்தனை வருடங்களில் இப்படி ஒரு கண்ணாமூச்சி விளையாட்டை நான் பார்த்ததுமில்லை. ஆடியதுமில்லை. எப்போதோ எழுதியது தான்... 'குழந்தைகளாயிருப்பதும் குழந்தைகளோடிருப்பதும் வரம்'.

ஆகஸ்ட் 10, 2016

"கீர்த்தும்மா ஆஆ.. மருந்து குடிக்கலன்னா இப்ப நீ அடி வாங்கப் போற"

"அம்மா ஆஆஆ நானு அடி வாங்கப் போமாட்டேன்"

ஆகஸ்ட் 11, 2016

ஒருநாள் விளையாடிக் கொண்டிருக்கையில் திடீரென்று அம்மு ஏதோ யோசனையில் ஆழ்ந்து, தீவிரமான முகத்துடன் தங்கையைப் பார்த்து,

"கீர்த்து.. *cat* க்கு ஸ்பெல்லிங் சொல்லு" என்றாள்.

அருகில் உட்கார்ந்து பிஸ்கட் சாப்பிட்டுக் கொண்டிருந்த கீர்த்து, கொஞ்சமும் அலட்டிக் கொள்ளாமல், "பூன" என்றாள்.

அம்மு ஷாக் ஆகி, "ச்ச.. அதில்லடி. ஸ்பெல்லிங் கேட்டேன். *cat* க்கு ஸ்பெல்லிங் சொல்லு" என்க,

"அதான் நானும் சொன்னேன். cat நா பூன தான்" என்று நம்பிக்கையாய் பதிலிறுத்தாள் கீர்த்து.

அம்முவிற்கு பயங்கரமாய் கோபம் வந்துவிட்டது.

"போடி.. உனக்கு தெரியாது. அக்கா ஃபர்ஸ்ட் ஸ்டேண்டர்ட் படிக்கறேன். எனக்கு தான் எல்லாம் தெரியும். நீ ஒரு ஸ்டாண்டர்ட் கூட படிக்கல. உனக்கு ஒன்னுமே தெரியாது. நீ சொல்றது தப்பு."

என்றபடி கையை ஓங்க.. நொடியில் இருவருக்கும் கைகலப்பாகி விட்டது. நான் அவசரமாய் சொம்பைத் தேடி எடுத்து வந்து ஜமுக்காளம் விரித்தமர்ந்து,

"அவ தான் ஒரு ஸ்டாண்டர்ட் கூட படிக்கலன்னு உனக்கு தெரியுதில்ல? நீ தான அவளுக்கு அக்கா? நீ சொல்லிக் குடுக்கலாமில்ல?" என்று வழக்கை விசாரிக்க ஆரம்பித்ததுமே...

"ஓகே.. கீர்த்து சொல்லு *C.. A..T.. CAT*" என்றாள் அம்மு.

"*C..A..T.. TAC*" என்றாள் கீர்த்து.

இருவருமே ஒரு கணம் திகைத்து.. பின் கட்டிப்பிடித்து விழுந்து புரண்டு சிரித்தபடியே திரும்பவும் விளையாடப் போய்விட்டார்கள்.

அடேய்.. பஞ்சாயத்துன்னா ஒரு மரியாதை வேணாமாடா? நான் இப்போ யாருக்கு தீர்ப்பு சொல்றது?

ஆகஸ்ட் 28, 2016

ஹாலில் இருந்தேன். உள்ளறையில் போனில் வாட்டர் ரீமைண்டர் ஒலித்தது.

கீர்த்து வேகமாக உள்ளே ஓடினாள். "எதுக்கு இத்தனை அவசரமா ஓடறா?" என்று நினைத்தபடி பின்னால் சென்றால்,

"அம்மா.. டீ குட்ச்சிட்டிருக்காங்க. டீ குட்ச்சி முடிச்சிட்டு தண்ணி குடிப்பாங்க" என்று போனிடம் குனிந்து சொல்லிக் கொண்டிருக்கிறாள்.

பாத்திரம் துலக்கும் போது கைபட்டு அருகில் ஊற்றி வைத்திருந்த லிக்விட் சோப் முழுவதும் சிங்க்கில் கொட்டி விட்டது. "ப்ச்" என்றேன்.

"என்னாச்சும்மா?" என்றாள் கீர்த்து.

"ஒன்னுல்லடா சோப் கீழ கொட்டிருச்சு" என்றதும்,

"சோப்பா? எது சோப்பு? இதுவா? இது ஏன் ஜூஸ் மாரி இக்கு? இத குடிக்கக் கூடாதா? காரமா இருக்குமா? இது போட்டு குக்கக் (குளிக்க) கூடாதா?" என்று வரிசையாய் கேள்வி கேட்டாள்.

எல்லாக் கேள்விக்கும் பொறுமையாய் பதில் சொன்னபின், "சோப்பு ஏன் கொட்டிருச்சு?" என்றாள்.

லேசான சலிப்புடன் "ப்ச்.. தெரியாம கொட்டிருச்சுடா" என்றேன்.

மேலும் சில நொடிகள் யோசித்துவிட்டு,

"சாரி சொல்லுச்சா சோப்பு?" என்கிறாள். அதான! தெரியாம கீழ கொட்டினா சாரி சொல்லனுமில்ல?

போன் அடித்தது. "அம்மா.. போன் அடிக்குது. போன் அடிக்குது" என்று கையில் வைத்துக் கொண்டு பறந்தாள்.

நான் வருவதற்குள் கட் ஆகி விட்டது. "கப் ஆயிருச்சு" என்று சோகமாய் சொல்லிக் கொண்டே கொடுத்தாள்.

போன் செய்தது யாராயிருக்கும் என்று யோசித்தபடியே கையில் வாங்கி, "யார் செஞ்சது?" என்று எனக்கு நானே கேட்டுக் கொண்டேன்.

அவள் பதறி.. "நானு செய்யலம்மா. போனு அதுவே கப் செஞ்சிகிச்சு" என்றாள்.

அம்முவும் அம்மாவும் கீர்த்துவை கிச்சுகிச்சு மூட்டி விளையாடிக் கொண்டிருந்தார்கள். கண்ணில் நீர் வரச் சிரித்தபடி, "அம்மா.. காப்பாத்துங்க" என்று கத்திக் கொண்டிருந்தாள்.

சரியாய் அதே நேரம் போனில் சித்துவின் வாட்சப் கால் வந்தது. அவசரமாய் எழுந்து போனை எடுத்தவள், "எல்லாரும் என்னைய கிச்சுகிச்சு பண்றாங்க நானா" என்று கம்ப்ளெய்ண்ட் செய்தாள்.

"கிச்சுகிச்சு தானம்மா? நீயும் செய்யி." என்றார் சித்து. "ஓகே நானா" என்றவள், போனை கீழே வைத்துவிட்டு அவளுக்கே கிச்சுகிச்சு மூட்டிக் கொண்டாள்.

போர்டில் சாக்பீஸால் கிறுக்கிக் கொண்டிருந்தாள். ஒவ்வொரு கிறுக்கலுக்கும், சற்றே பின்னால் நகர்ந்து தலைசாய்த்து அதைப் பார்த்துவிட்டு அவள் திருப்திபட்டுக் கொள்வது கொள்ளை அழகாய் இருந்தது. நான் பார்ப்பதை கவனித்ததும்,

"அம்மா.. நான் எப்டி வரையறேன் பாருங்க. உங்கக்கு water படம் வரைஞ்சு காமிக்கட்டா?" என்றாள்.

"வாட்டரா!! அதை எப்டி டா வரைவ? எங்க வரைஞ்சு காட்டு பாக்கலாம்.."

என்றதும், சாக்பீஸை எடுத்துக் கொண்டு போர்டை நெருங்கியவள், எதுவும் வரையாமல் திரும்பி கேட்டாள்..

"எந்த வாட்டர் வரையட்டும்? *warm water* ஆ? *cold water* ஆ?"

ஙே!

அக்டோபர் 11, 2016

என் பட்டுக் கண்ணம்மா..

11.10.2016 - உலக பெண் குழந்தைகள் தினமாம். உலகம் முழுவதும் அனைவரும் தத்தம் பெண் குழந்தைகளைக் கொண்டாடிக் கொண்டிருக்கையில், நான் என் முதல் தேவதையை விடவும் உன்னிடமே என் கவனம் முழுவதையும் குவித்திருந்தேன். ஏனென்றால் ஏனைய பெண் குழந்தைகளை விடவும் அது உனக்கு அதிமுக்கியமான நாள்! கடந்த ஒரு மாதமாய் "நான் பிக்காஜி போப் போறேன்" என்று சொல்லிக் கொண்டேயிருந்த நீ, அந்த ப்ரீ கேஜிக்குள் முதன் முதலாய் அடியெடுத்து வைத்தாய்.

உன் அக்கா பள்ளிக்குச் சென்ற முதல் தினம் இன்னமும் நேற்றுப் போல் என் நினைவிலிருக்கிறது. அதற்குள் நீயும் சிறகு விரிக்கப் பழகி விட்டாய். வாழ்த்துக்கள் என் செல்லமே!

அன்று நான் மிகவும் கலங்கினேன். உன் அக்கா எப்போதும் வீடு முழுவதும் நிறைந்திருப்பாள். வீட்டின் அத்தனை பொருளின் மீதும் அவளின் ஸ்பரிசமிருக்கும். ஒவ்வொரு நாளும் அத்தொடுகையை புதுப்பித்துக் கொண்டே இருப்பாள். அவள் பள்ளிக்குச் சென்றதும் அவள் அருகில் இல்லாத நான்கு மணி நேரத் தனிமையின் துயரை, அவள் பொம்மைகளோடும் வீட்டின் ஒவ்வொரு பொருளோடும் நான் பகிர்ந்து கொண்டேன். என்னைப் போலவே அவையனைத்தும் அவளுக்காக காத்திருப்பதைப் போல கற்பிதம் செய்து கொண்டேன்.

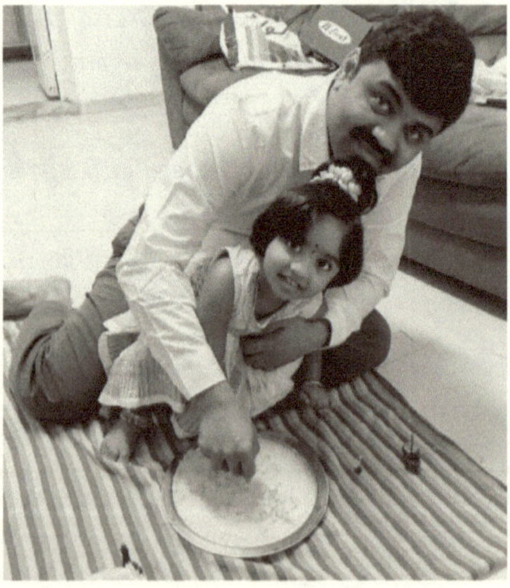

ஆனால்.. நீ அப்படியல்ல. வீட்டில் நான் எங்கிருந்தாலும் துணையெழுத்து போல நீயும் அருகிருப்பாய். நான் அமர்ந்தால் மடியில், நின்றால் இடையில்,

சாய்ந்தால் மார்பில், படுத்தாலோ பணிபுரிந்தாலோ அருகிலென கூடவே இருப்பாய். உன்னை குழந்தையென்றெண்ணாது என் அங்கம் போல, என் ஆடை போல, என் எண்ணம் போலவே உணர்ந்து வந்திருக்கிறேன் இத்தனை நாட்களும்.

நேற்று திடீரென உன்னை விலக்கி நான் மட்டும் நிற்க வேண்டியிருந்தது. இந்த நாளுக்காக உன்னைத் தயார் செய்ததை விடவும் நான் என்னைத் தயார் செய்து கொள்ளவே அதிகம் உழைத்தேன். நீ ஆர்வமாயிருந்தாய்.. எல்லாவற்றிலும் அக்காவின் எதிரொலி போலவே இருக்க விரும்பும் நீ, அவளைப் போலவே பள்ளி செல்ல.. பாடம் கற்க.. ஆடிப் பாடி விளையாட... பள்ளியில் நடந்ததென நாளும் ஒரு கதை சொல்ல விரும்பினாய்.

அக்காவைப் போலவே அழகாய் உடையணிந்து, பூச்சூடி, கடவுளை வணங்கி, பெரியோர்களிடம் ஆசி பெற்று, தந்தையின் மடியமர்ந்து அரிசியில் அகரமெழுதி, முதுகில் புதுப் பை மாட்டி தயாராகி, இரண்டரையடி உயர பூங்கொத்தாய் கண் நிறைத்து நின்றாய். வெள்ளிச் சிமிழிலிருந்து குங்குமம் தொட்டு உன் நெற்றியில் அரிசியளவு கீற்றிட்டு, உன் உச்சி முகர்ந்து முத்தமிடுகையில் உணர்ந்தேன்.. உவகையென்பதும் கர்வமென்பதும் பெரும்பேறென்பதும் வாழ்வின் அர்த்தமென்பதும் மகவே என்பதை.

உன் குட்டித் தலைமேல் ஆசியெனப் படிந்த என் கரங்களிலிருந்து, பெருகிப் பெருகி இவ்வுலகு நிறைத்த விழைவுகளை நானே வியந்து பார்த்தபடியிருந்தேன்.

ஆனால் வியப்பெதற்கு? அன்னையென்பவளின் ஆசைகள் அனைத்தும் எப்போதும் பேராசைகளாய் மட்டுமே இருக்க

முடியும். பள்ளி சென்று, உன்னை பத்திரமாய் பார்த்துக் கொள்ளும்படி பலநூறு முறை அறிவுறுத்தி, நீ அழுதால் உடனே என்னை அழைக்கும்படி மீண்டும் மீண்டும் வற்புறுத்தி, தயங்கித் தயங்கி உன்னை ஒப்படைத்தேன்.

ஆசிரியை உன் தளிர்க்கையைப் பிடித்து உள்ளே அழைத்துச் செல்கையில் திரும்பி என் முகம் பார்த்து, கணத்திற்கும் குறைவாய் சின்னஞ்சிறு தயக்கமொன்றைக் காட்டி, பின் தெளிந்து உள்ளே சென்றாய். திரியில் பற்றிய நெருப்பு வெடியருகே வந்ததும் அணைந்தாற் போலிருந்தது.

அவ்வளவு தானா?! இதற்கா அத்தனை முகாந்திரங்கள்?! அட! பிள்ளையை முதல் முதலாய் பள்ளிக்கு அனுப்புவது என்பது எத்தனை எளிதான காரியமாயிருக்கிறது!!

என்று வியந்து, அவசியமற்றதைப் பேசி, காரணமற்றுச் சிரித்து வீட்டருகே வந்தபோது தான், அலையெனப் பெருகி பெரும் திகைப்பொன்று முகத்தில் அறைந்தது.

எப்படி நான் மட்டும் வீட்டிற்குப் போவது? வீட்டிலிருக்கும் அத்தனைப் பொருளும் என்னைப் பரிதாபமாய் பார்த்திருக்க, நான் மட்டும் தன்னந்தனியே அந்த தனிமையை எப்படி சுமந்திருப்பது? இது என்ன அநியாயம்?

அன்னையென்றும், வயதில் உன்னை விட மூத்தவளென்றும், அறிவாளியென்றும், பொறுப்புள்ளவளென்றும் நான் பூட்டிக் கொண்டிருந்த அணிகள் அனைத்தையும் ஐந்தாங்கல் ஆட்டமென பரந்து சிதறவிட்டு, உன்னை விடவும் சின்னஞ்சிறு குழந்தையாகி கண்ணீருடன் தலைகவிழ்ந்து, காரிலிருந்து இறங்க மறுத்து அடம்பிடித்தேன். "ம்ஹூம்.. என்னால வீட்டுக்குப் போய் தனியா இருக்க முடியாது. நானும் உங்க கூட ஆபீஸுக்கே வந்துடறேன். என்னைக் கூட்டிட்டுப் போங்க ப்ளீஸ்...."

ஆமாம்! நீ வளர்ந்து இதைப் படிக்கையில் சிரிப்பாய் தான். "அசட்டு அம்மாம்மா நீங்க" என்பாய். சொன்னால் சொல்லிக் கொள்! உன் நானாவும் கூட அதைத்தான் சொன்னார். என்னளவில் அம்மாவாயிருப்பதற்கும் அசடாயிருப்பதற்கும் பெரிய வித்தியாசங்கள் ஏதுமில்லை.

வீட்டிற்குள் நுழைந்ததும், படுக்கையறைக்குள் சென்று முகம் மறைத்து படுத்துக் கொண்டேன். குட்டிம்மா, அந்த அறையில்

கடிகாரம் என்ற வஸ்து இருப்பதையும், அது 'திடும் திடுமென' அத்தனை சத்தமாய் ஒலிப்பதையும் நேற்று தான் முதல் முறையாய் உணர்ந்தேன் தெரியுமா?

அத்தனை அருகில், காதிற்குள் கேட்பது கடிகார ஓசையா, அல்லது என் இதயத் துடிப்பா என்றும் கூட திகைப்பாயிருந்தது.

'நீ அழுகிறாயோ.. என்னைத் தேடுகிறாயோ.. மொழி புரியாத ஆசிரியர்களிடம், கம்மிய குரலில் "அம்மா வேணும், அம்மாகிட்ட போனும்" என்று திரும்பத் திரும்ப கேட்கிறாயோ.. என்று கலங்கித் தவிக்கும் ஒரு மனதும், கீழ் வீட்டு நித்து துணைக்கு இருக்கிறாளே! நிச்சயம் அழ மாட்டாய் என்று திடமாய் நம்புமொரு மனதும், 'கண்டிப்பாய் போன் வரும். போய் கூப்பிட்டு வர வேண்டியிருக்கும்' என்று உடைகளை மாற்றாமல் உட்கார்ந்து, போன் சைலண்டில் இருக்கிறதா, ரிங்டோன் வால்யூம் சரியாயிருக்கிறதா என்றெல்லாம் ஆராய்ந்து கொண்டு விசித்திரமாய் காத்திருக்கும் ஒரு மனதுமாய் திசைக்கொன்றாய் பிரிந்து நிற்கும் என்னை, நானே மௌனமாய் கை கட்டி நின்று வேடிக்கையும் பார்த்துக் கொண்டிருந்தேன்.

நீருக்குள் அமிழ்வதைப் போல கனத்த மௌனத்திற்குள் மெல்ல மூழ்கிக் கொண்டிருக்கையில்,

திடுமென அனைத்தையும் கலைத்தெறிந்து, எழுந்து சமையலறைக்குச் சென்றேன். எதிலாவது கவனம் செலுத்தினால் மனம் சீராகுமென்று நம்பி கூடையிலிருந்த பாத்திரங்களை எடுத்து அடுக்கத் தொடங்கினேன்.

ஒரு கிண்ணம் கை தவறி கீழே விழுந்த மறுநொடி, உறங்கும் நீ விழித்து விடுவாயென்று பதறி படுக்கையறை நோக்கி ஓடி வந்தேன். பாதி வழியில் யாரோ தடுத்தாற் போல திகைத்து நின்று கண்ணீர் மல்கினேன்.

பள்ளி முடியும்வரை போன் எதுவும் வரவில்லை. நீ சமத்தாய் விளையாடிக் கொண்டிருப்பதை உன் ஆசிரியர்கள் படம் பிடித்து வாட்சப்பில் அனுப்பினார்கள்.

மகிழ்வதா வருந்துவதா என்று குழப்பமாயிருந்தது. நீ திரும்பி வருவதற்காக காத்திருந்தேன்.. வீட்டருகே நெருங்கும் போதே பேருந்திலிருந்தபடி என்னைப் பார்த்ததும் உதடு பிதுக்கி விம்மினாய். நான் அள்ளிக் கொள்ள கை நீட்டியதும் பெரும்

கேவலோடு தாவி வந்து, கண்ணீருடன் தோளில் சாய்ந்து கொண்டாய்.

"ஏண்டாம்மா அழற?"

"அம்மா வேணும்னு அழறேன்"

"தோ.. அம்மா வந்துட்டேன் பாரு. அழக் கூடாது. நாளைக்கு ஸ்கூல் போவியா மாட்டியா?"

"போவேன்..."

"அட! நாளைக்கு அழ மாட்டியா?"

"அழுவேன்.."

"டெய்லி அழுதுட்டே ஸ்கூல் போவியா?"

"ஆமா. அம்மா வேணும்னு அழுவேன்.."

"அச்சோ.. அம்மால்லாம் ஸ்கூலுக்கு வர முடியாதே கன்னுக்குட்டி. பெரியவங்களை எல்லாம் ஸ்கூலுக்குள்ள விட மாட்டாங்களேடா"

"ப்பீஸ் அம்மா.. நீங்க குட்டியா ஆய்டுங்க. குட்டியாய்ட்டு என் கூட ஸ்கூலுக்கு வாங்க.. ப்பீஸ்.."

அக்டோபர் 13, 2016

கீர்த்து இன்று பள்ளிக்குச் செல்லவில்லை. தினமும் காலை 11 மணிக்கு தூங்கி எழுபவளை, இரண்டு நாட்களாய் 7 மணிக்கே எழுப்புவதால் தூக்கம் குறைந்து டல்லாகி விட்டாள். மதியம் திரும்பி வந்த பின்பும் தூங்காமல், அழுது கொண்டும் சோகமாகவுமே இருந்தாள் நேற்று. இரவிலும், விடிகாலையிலும் என்னை ஒட்டிக் கொண்டு தூங்கும் போதும், "அம்மா வேணும்.. அம்மாகிட்ட போனும்" என்று மெல்லிய

குரலில் அழுதாள்.

இன்று 9 மணிக்கு எழுந்து மலர்ச்சியாய் விளையாடிக் கொண்டிருக்கிறாள். சற்று முன் அவள் திரும்பி வரும் நேரத்தை நினைவூட்டுவதற்கான அலாரம் அடித்தது.

"அம்மா போன் அடிக்கிது.." என்றாள்.

நான் அலாரத்தை ஆஃப் செய்து விட்டு,

"இங்க பாருடா குட்டி! "கீர்த்து வரப்போறா, கீழ போய் கூட்டிட்டு வாங்க"ன்னு சொல்லுது இந்த போனு. இந்த போனுக்கு ஒன்னுமே தெரியல. ஏய் போனு.. கீர்த்துக்குட்டி இங்க தான் இருக்கா பாரு. அவ இன்னிக்கு ஸ்கூலுக்கு போகவே இல்ல. கீழ்வீட்டு நித்து தான் ஜாலியா ஸ்கூல் போயிருக்கா." என்றேன்.

நான் குனிந்து போனிடம் பேசுவதை ஆச்சரியமாய் பார்த்தவள், அவளும் போனிடம் குனிந்து,

"நான் இனிமே பிக்காஜி போவே மாட்டேன் போனு. அம்மாகிட்ட இனிமே கீத்து வவ்வான்னு சொல்லாத.. ஓகேவா?" என்கிறாள்.

ஊரிலிருந்து வந்த ஸ்கைப் காலை போனில் அட்டெண்ட் செய்து பேசிக் கொண்டிருந்தேன். போனில் சார்ஜ் குறைவாக இருந்தது. அருகில் கீர்த்து அமர்ந்து சிம் இல்லாத போனில் மும்முரமாய் ரைம்ஸ் பார்த்துக் கொண்டிருந்தாள். நான் பேசிக்

கொண்டிருப்பதை கவனித்ததாகவே தெரியவில்லை. நான் ஸ்கைப்பில், "இதுல சார்ஜ் இல்ல. நான் வேற டிவைஸ்லருந்து திரும்ப கூப்பிடறேன். இப்ப கட் பண்றேன்." என்று சொல்லிவிட்டு, கோரிக்கை வைக்கும் குரலில் ஆசையாய் கீர்த்துவை, "தங்கக்குட்டீஈஈ" என்று அழைத்தேன்.

நம்புங்கள், அதைத் தவிர நான் ஒரு வார்த்தை கூட அதிகமாய் பேசத் தொடங்கவில்லை. அந்த அழைப்பிலேயே நான் என்ன கேட்கப் போகிறேன் என்பதை உணர்ந்து கொண்டு, வேகமாய் எழுந்து மெத்தையில் கால்கள் புதைய, தத்தக்கா புத்தக்காவென்று ஓடி, எனக்கு எட்டாத தூரத்தில் படுக்கையின் மறுஎல்லையில் போய் உட்கார்ந்து கொண்டு, "போன் தா மாத்தேன்" என்கிறாள்.

ரெண்டரை வயசுக்கு இம்புட்டு உஷாரெல்லாம் ரொம்ம்ம்ம்ப ஓவர்டி குட்டி!

அக்டோபர் 16, 2016

கீர்த்துவுக்கு கடல் என்றால் பயம். கரையில் இறக்கிவிட முயன்றால், பாய்ந்து வரும் அலையைக் கண்டதும் மிரண்டு, இறங்க மறுத்து உச்ச ஸ்தாயியில் அலறுவாள். வெறும் மணலில் நடக்க விட்டாலும் பேலன்ஸ் இல்லாமல் தடுமாறுவாள். இவளுக்கென்றே கடலை தூரத்திலிருந்தோ உயரத்திலிருந்தோ வேடிக்கை பார்க்கும் கடற்கரைகளுக்கு மட்டுமே சென்று கொண்டிருந்தோம்.

அவளுக்கு ஒன்னரை வயதாயிருந்தபோது ஒருநாள் இரவு திடீரென்று முடிவெடுத்து கடற்கரைக்குச் சென்றோம். நுழைந்ததும், வெகுநாட்கள் கழித்து மணலைக் கண்ட சந்தோஷத்தில், அம்மு துள்ளிக் குதித்துதுள்ளிக் கீழே உருண்டு, மல்லாந்து படுத்து, மணலை அள்ளியள்ளி தன் மீதே போட்டுக் கொண்டு விளையாட ஆரம்பிக்க, இவளோ திகைத்து வேகமாய் ஒரு எட்டு எடுத்து வைத்து நடக்க முயன்று நிலைதடுமாறி கீழே விழுந்தாள்.

சுதாரித்து மணலில் கையூன்றி எழுந்து நின்றதும், முகத்தைச் சுளித்தபடி குட்டிக் கைகளை நீட்டி,

"நானா இங்க பாருங்க.. கையெல்லாம் மண்ணாய்டுச்சு. கவ்வி உடுங்க" என்றாள்.

நாங்கள் சிரித்து,

"மண்லெ விளையாடறதுக்கு தான் இங்க வந்திருக்கோம். அக்காவைப் பாரு எப்டி விளையாடறான்னு. நீயும் போய் விளையாடு. வீட்டுக்கு போய் கை கழுவிக்கலாம்"

என்றபடி அவள் ஷூவைக் கழட்டி விட்டோம். திருவிழாவில் தொலைந்தவள் போல திரு திருவென்று முழித்தாள். பின் கீழே பார்த்தபடியே, வெகு ஜாக்கிரதையாக நிலாவில் நடப்பவள் போல ஒவ்வொரு அடிக்கும் கால்களை உயரத் தூக்கி வைத்து அக்காவை நோக்கி நடக்க ஆரம்பித்தாள். அதற்குள் அம்மு, கத்தினால் கூட கேட்காத தொலைவிற்கு ஓடி விட்டிருந்தாள். இவள் அக்காவிடமும் போக முடியாமல் திரும்பியும் வர முடியாமல் குழம்பி நின்று அங்கிருந்தே எங்களைக் கூப்பிட்டு,

"என்னைய கொஞ்சம் இங்க உக்கார வைக்கறீங்களா ப்பீஸ்?" என்றாள்.

"தரைல உக்கார்றதுக்கு கூட ஹெல்ப்க்கு ஆள் வேணுமா உனக்கு" என்றபடி சித்து அவளைத் தூக்கி அலுங்காமல் மணலில் உட்கார வைத்தார்.

உட்கார்ந்தபின், "இந்த மண்ணை வெச்சிகிட்டு என்னா பண்றது?" என்பது போல தீவிர சிந்தனையில் ஆழ்ந்தவள், சட்டென ஐந்து விரல் நுனிகளாலும் மண்ணில் அரை வட்டங்களாய் கோடிழுத்துவிட்டு முகம் மலர நிமிர்ந்தாள்.

"அம்மா இங்க பாருங்க.. நான் எய்ன்போ வரைஞ்சிட்டேன்!"

குழந்தைகள் வரைந்தால் மண்ணிலும் பூக்காதா மழைவில்!

அக்டோபர் 31, 2016

குடிப்பதற்காக டம்ளரில் கொடுத்த தண்ணீரை சின்னச் சின்ன கிண்ணங்களில் ஊற்றி விளையாடிக் கொண்டிருந்தாள் கீர்த்தினி. திடீரென்று தாகம் எடுத்திருக்கும் போல.. அனிச்சையாய் ஒரு கிண்ணத்தை எடுத்து வாயருகே கொண்டு சென்றவள், நிமிர்ந்து கேட்டாள்..

"அம்மா, இந்த தண்ணீயை குக்காமா?(குடிக்கலாமா?) இது குட் கேர்ள் தண்ணியா? பேட் கேர்ள் தண்ணியா?"

பிப்ரவரி 24, 2017

கீர்த்துவிடம் "how old are you?" என்று கேட்டேன். கொஞ்சமாய் யோசித்து, "த்ரீ டேஸ்" என்றாள்.

" த்ரீ டேஸ் இல்ல த்ரீ இயர்ஸ் நு சொல்லனும்" என்றேன்.

கொஞ்சம் கழித்து மறுபடி அதே கேள்வியைக் கேட்டேன்.

இம்முறை நிறைய யோசித்து, பின் "three eyes" என்றாள்.

மார்ச் 9, 2017

ஒருமுறை இருவருக்கும் நாள் முழுக்க பஞ்சாயத்து நடத்தி தீர்ப்புச் சொல்லியே களைத்துப் போயிருந்தபோது,

"என்னால முடிலடி. நான் எங்கம்மா வீட்டுக்குப் போறேன். நீங்க ரெண்டு பேரும் இங்கயே கிடங்க" என்றேன்.

"நானும் உங்க கூடயே தான் வருவேன். எங்க போறீங்க? யாரு உங்கம்மா?" என்றாள் கீர்த்து.

"என்னடா இப்டி கேக்கற? அம்மாவோட அம்மா யாருன்னு தெரியாதா உனக்கு?

நான் யாரை அம்மான்னு கூப்பிடுவேன்? சொல்லு பாக்கலாம்.."

என்றேன். நான் சித்து அம்மாவையும் 'அம்மா' என்றே கூப்பிடுவதால் யாரைச் சொல்லப் போகிறாள் என்று ஆர்வமாய் காத்திருந்தேன். அவள் நெடுநேரம் யோசித்து விட்டு,

"லேப்டாப்பை" என்றாள்!!!!

(குவைத்திலிருந்து கொண்டு ஈரோட்டிலிருக்கும் அம்மாவிடம் வருஷம் முழுக்க 'அம்மா, அம்மா' ந்னு ஸ்கைப்ல மட்டுமே பேசிகிட்டிருக்கேன் தான். அதுக்காக இப்டியுமா நினைப்பா ஒருத்தி!!)

அக்காவும் தங்கையும் கொஞ்சிக் குலாவி விளையாடிக் கொண்டிருந்தார்கள். திடீரென்று இருவருக்கும் முட்டிக் கொண்டது. அக்கா கோபமாய் திட்டுகிறாள்,

"*You are NOT MY BEST SISTER. you are my NORMAL SISTER only.. go away*"

சின்னவளுக்கு சர்வ நிச்சயமாய் ஆங்கிலம் புரிந்திருக்க வாய்ப்பில்லை. இருந்தாலும் ஓஓவென்று அழுதுகொண்டே வந்து பிலாக்கணம் வைக்கிறாள்.

"அம்மாஆஆ... அக்கா திட்டிட்டா. என்னைய நாம்ம சிச்ச சொல்ட்டா.. கோ வே சொல்ட்டா.."

துணிகளைக் காயவைக்கப் பயன்படுத்தும் நீண்ட ப்ளாஸ்டிக் க்ளிப்பை வைத்து விளையாடிக் கொண்டிருந்தாள் கீர்த்து. க்ளிப்பை விரித்து வைத்துக் கொண்டு,

"அம்மா இதென்ன கொக்கோடைல் மாதி இக்கு?" என்றாள்.

"என்னது? க்ரோக்கொடைல் மாதிரியா? உனக்கு அதெல்லாம் சொல்லத் தெரியுமாடா? நீ முதலையை எங்க பார்த்த? சொல்லு.. க்ரொக்கொடேல் எப்டியிருக்கும்னு தெரியுமா?

வியப்பில் நான் அடுக்கடுக்காய் கேள்விகள் கேட்டதில் அவளுக்கு ஏண்டா சொன்னோமென்று ஆகிவிட்டது போல! சலிப்பாய் பதில் சொன்னாள்,

"ம்ஹூம்.. தெரியமாட்டேன்"

ஏப்ரல் 29, 2016

சாப்பிட்டுக் கொண்டிருந்தேன். கீர்த்து தண்ணீர் பாட்டிலைக் கொடுத்து "தெந்து தா" என்றாள். ஒரு கையால் திறக்க முயன்று கொண்டே, "திறக்க முடிலடா, நானாட்ட கேளு" என்று சொல்லிக் கொண்டிருக்கும் போதே திறந்து கொண்டது.

அவள் குஷியாகி,

"திறக்கிட்டியா!! குக்கே" என்றாள்.

இப்டி ஒரு குட்கேர்ள் பட்டம் கிடைக்கும்னா எத்தனை தடவை வேணா பாட்டிலை திறக்கிக் குடுக்கலாமில்ல!!

மே 14, 2017

(பாகுபலி படம் வெளியாகி இருந்த சமயம்.)

ஒருநாள் அம்முவிற்கு தலைசீவி விட்டு இரண்டு பக்கமும் அவள் கேட்ட முயல்குட்டி க்ளிப்புகளைக் குத்தி விட்டேன். குட்டிச் சாத்தானின் இரு குட்டிக் கொம்புகள் போலவே அழகாய் இருந்தன. ஓடிப் போய் கண்ணாடியில் பார்த்தவள், முகம் சுருங்கி "*Mommm.. I look like a Saithan*" என்றாள். நான் சிரித்தபடி, "*Obviously*" என்றேன். அவள் முறைத்து பின் குறும்பாக, "*No. Probably*" என்றாள்.

ஆங்கிலம் புரியாமல் அருகில் நின்று அண்ணாந்து இருவரையும் பார்த்துக் கொண்டிருந்த கீர்த்து, தானும் அதே போல பேச விரும்பி,

"பாகுபலி" என்றாள்!!

மே 15, 2017

Magnetic Alphabets + Numbers ஐ ஒரு டப்பாவில் கொட்டி வைத்து, ஒவ்வொரு பெரிய எழுத்தையும் சின்ன எழுத்தோடு ஜோடி சேர்த்து போர்டில் ஒட்டி விளையாடிக் கொண்டிருந்தாள் கீர்த்து. *C, O, V, W, X* போன்றவற்றை சுலபமாக அதன் சின்ன எழுத்துடன் சேர்த்தவள் *B* எடுத்ததும் தீவிர சிந்தனையோடு வெகுநேரமாய் டப்பாவை குடைந்து கொண்டிருந்தாள். அவள் கண் முன்னாலேயே தேமேயென்று கிடந்த *b* ஐ எடுத்து "இதோ இருக்கேடா சின்ன *b*" என்றால், அதை வாங்கி தலைகீழாய் திருப்பிப் பிடித்து "ஹவோ அம்மா! இது *p*" என்றாள். நான் எத்தனை சொல்லியும் நம்பாமல் கடைசியாய் யூடியூபில் போட்டுக் காண்பித்தபிறகே, "அம்மாவிற்கும் ஏபிசிடி தெரியும் போல" என்று சமாதானமாகி அதை "*b*" என ஒப்புக்கொண்டாள். அடுத்து டப்பாவிற்குள்ளிருந்து எதையோ எடுத்தவள், திரும்பவும் முன்பு போலவே தலையைக் குனிந்து கொண்டு தேட ஆரம்பித்தாள்.

"இப்ப என்னடா தேடற? என்ன லெட்டர் கைல வெச்சிருக்க காமி.. அம்மா ஹெல்ப் பண்றேன்"

"அம்மா.. இங்க பாருங்க பெரிய எய்ட் இருக்கா? எவ்ளோ நேரமா சின்ன எய்ட் தேடறேன்.. கிடைக்கவே மாட்டிங்குது. நீங்களாச்சும் தேடி எடுத்துத் தாங்க, ப்ளீஸ்!!"

"ஙே?!?!!

மே 18, 2017

படுக்கை அறையில் சுவற்றை ஒட்டி குயின் சைஸ் பெட் ஒன்றும் அதோடு சேர்த்து சிங்கிள் பெட் ஒன்றும் போட்டிருந்தோம். தினமும் இரண்டு மெத்தைகளுக்கும் நடுவில் அமர்ந்து விளையாடுவதையும் சின்ன மெத்தையை உறையெல்லாம் கலைத்து, கிட்டதட்ட கட்டிலிலிருந்து பாதியளவு வெளியே தள்ளி விடுவதையும் அம்மு ஒரு பழக்கமாகவே வைத்திருந்தாள். ஒருநாள் பொறுமையிழந்து தன்னந்தனியாக போராடி கட்டில்களை இழுத்து நகர்த்தி, சின்னதை சுவரோரமாகவும் பெரியதை அதன் அருகிலுமாக போட்டு வைத்தேன். வந்து பார்த்தவள், இரண்டு மெத்தைகளுக்கும் நடுவில் இறங்க முடியாததால் அதை விட்டுவிட்டு அடுத்து வேறு என்ன சேட்டை செய்வதென்ற ஆராய்ச்சியில் இறங்கி விட்டாள். சின்னவள் பள்ளி விட்டு வந்ததும் படுக்கை அறையைப் பார்த்து "ஹா! என்னம்மா இது!!!" என்று ஆச்சரியப்பட்டாள்.

கொஞ்சம் கழித்து நெற்றி சுருக்கி என்னவோ தீவிரமாய் யோசித்தவள்,

"இந்த சின்ன பெட்டை எப்டிம்மா இவ்ளோ பெரிசா ஆக்கினீங்க?" என்றாள்.

மே 22, 2017

கீர்த்துவுக்கு 1, 2, 3 பத்து வரை தெரியும். ஆனால் அவற்றில் எந்த எண் பெரியது, எது சிறியது என்ற வித்தியாசம் தெரியாது. சாப்பாடு ஊட்டும் போது, எப்போதும் முதல் வாய் வாங்கியதுமே "போதும்.." என்பாள்.

"ப்ளீஸ் செல்லம்.. என் கண்ணில்ல! இன்னும் ரெண்டே ரெண்டு வாய் வாங்குவியாம்! ஜஸ்ட் டூ" என்றால், "நோ, ஃபோர் தான் வாங்குவேன்" என்று ஐந்து விரல்களையும் விரித்துக் காண்பிப்பாள்.

சந்தோஷத்தை மறைத்துக் கொண்டு "ஓகே நீ ஃபோர் மட்டும் சாப்பிடு போதும். அப்றம் அம்மா ஊட்ட மாட்டேன்" என்று விட்டு, 1, 2, 3.. 1, 2, 3 என்று நாலுக்கே வராமல் தொடர்ந்து ஊட்டிக் கொண்டேயிருப்பேன். அவளும் வாக்கு மீறாமல் ஃபோர் வரும்வரை பொறுமையாய் காத்திருந்தபடியே சமத்தாய் சாப்பிடுவாள். அவ்வப்போது சந்தேகமாய், "அம்மா இன்னும் ஃபோர் வரலியா?" என்பாள். நான் சிரிக்காமல், "இல்லியேடா! இப்ப தான டூ வாங்கற" என்பேன்.

ஒருநாள் இதே போல ஊட்டிக் கொண்டிருந்தபோது, அருகிலிருந்து கவனித்த அம்மு,

"ச்சீட்டிங்! ச்சீட்டிங்! நீங்க அவளை ஏமாத்தறீங்க. எப்பவோ ஃபோர் ஊட்டிட்டிங்க தானே?!" என்று கத்தினாள்.

நான் கண்களை உருட்டி மிரட்டி "சொல்லாதே" என்று சைகை காண்பிக்கவும் அவளுக்கு ஏக குஷியாகி விட்டது.

"முடியாது.. என் தங்கச்சியை நீங்க ஏமாத்த விட மாட்டேன். கீர்த்தினி அம்மா உனக்கு ஃபோர் ஊட்டி முடிச்சிட்டாங்க. ஏமாத்தறாங்க. போதும்னு சொல்லிரு. சாப்பாடு வாங்காத"

என்று குதித்தாள். கீர்த்துவோ யாரை நம்புவதென்று புரியாத குழப்பத்தில் என் முகத்தையே பார்த்தாள். நான் அவளைத் திரும்பியே பார்க்காமல்,

"அம்மு, அவ ஒன்னும் இன்னும் சின்ன குழந்தையில்ல. அவளும் ஸ்கூல் போறா. அவளுக்கு இப்ப 1, 2, 3 நல்லா தெரியும். யாரும் கீர்த்தினியை ஏமாத்த முடியாது. நீ தான் அவளை ஏமாத்தப் பாக்கறே. கொஞ்ச நேரம் சும்மா இருக்கியா"

என்றேன். அம்மு திகைத்து, வாய் பிளந்து "என்னது!" என்பதற்குள், கீர்த்து பெருமை பொங்கும் முகத்தோடு,

"அக்கா நான் பிக்காஜி போறேன். எனக்கு தெய்யும். நீ கொஞ்சம் சும்மா இர்க்கியா?"

என்று மழலையில் சொல்லிவிட்டு, என் பக்கம் திரும்பி "ஆ" காட்டினாள். நான் நமட்டுச் சிரிப்போடு அவளுக்கு சாப்பாடு ஊட்ட, அம்மு கடுப்பாகி,

"தின்னுடி நல்லா தின்னு. அம்மா பில்லியன் வரைக்கும் ஊட்டுவாங்க. தின்னுகிட்டே இரு"

என்று கரித்துக் கொட்டிவிட்டு போய் விட்டாள்!

ஜூன் 1, 2017

கீர்த்து பள்ளியில் சாப்பிடும் மதிய உணவிற்காக, மாதுளை, தர்பூசணி மாதிரியான பழச்சாறுகள் தயாரித்து வைக்கும்போது, அது கெட்டுப் போகாமலிருக்க ஓரிரு சொட்டுகள் எலுமிச்சைச் சாறு சேர்ப்பேன். ஒருநாள் அவசரமாய் பிழிந்ததில் லெமன் ஜாஸ்தியாகி விட்டது. அவள் திரும்பி வந்தபோது, ஜூஸ் குடிக்கப்படாமல் அப்படியே இருந்தது.

"ஏண்டாம்மா ஜூஸை குடிக்காமயே கொண்டு வந்துட்ட?"

என்றால், பெரிய மனுஷி தோரணையில் இடுப்பில் கை வைத்துக் கொண்டு,

"ம்மா! அது ரொம்ப புளிச்சுதும்மா. எதுக்கு போமோகென்னட் ஜூஸ்ல போய் புளி போட்டிருக்கீங்க? ஜூஸ்லலாம் புளி போடாதீங்கன்னு நான் சொல்லிருக்கேன் தானே?" என்கிறாள்.

ஜூன் 3, 2017

ஆம்லெட்டின் மீது மிளகுத் தூள் தூவிக் கொடுத்தால் கீர்த்துவுக்குப் பிடிக்காது. "ஆம்நெட் மேல குப்பை இருக்கு" என்பாள். மிளகின் அருமை பெருமைகளை எல்லாம்

பொறுமையாக எடுத்துச் சொல்லியும் கேட்காததால், அவளுக்குத் தெரியாதபடி முட்டையில் சேர்த்து நன்றாக கலக்கி சமைத்துக் கொடுப்பேன். அப்போதும் கண்டுபிடித்துவிட்டால், "ஆம்னெட்ல பெப்பர் போடாதீங்கன்னு நான் சொல்லிருக்கேன் தானே?" என்று கண்களை உருட்டிக் கேட்பாள்.

ஒருமுறை அவள் ஆம்லெட் சாப்பிட அடம்பிடித்தபோது கொஞ்சம் அதட்டலாக,

"பெப்பர் சாப்பிட மாட்டேன்னெல்லாம் சொல்லக் கூடாது. பெப்பர் ரொம்ப நல்லது. வயித்துக்குள்ள போய் ஜெர்ம்ஸ் கூடல்லாம் சண்டை போடும். பேசாம சாப்பிடனும்"

என்றேன். உடனே ஒன்றும் பதில் சொல்லாமல் நெற்றி சுருக்கி தீவிரமாய் யோசித்தபடியே சமத்தாய் சாப்பிட்டு விட்டாள். மாலையில் சித்து வந்ததும் அவரிடம் சொல்லிக் கொண்டிருந்தாள்..

"நானா.. அம்மா சொல்றாங்க பெப்பர் சாப்டா அது வயித்துக்குள்ள போய் ஜெர்ம்ஸ்கிட்ட சண்டை போடும்னு! எதுக்கு சண்டை போடுதுன்னே தெரியல எனக்கு. சண்டை போடறது பேட் ஹேபிட் தான நானா? பெப்பர் குட்னு அம்மா சொல்றாங்க?"

ஜூன் 4, 2017

அம்மு சிறு குழந்தையாய் இருந்தபோதிருந்தே, நாங்கள் அவளை வீட்டில் விட்டுவிட்டு வெளியே செல்வதாயிருந்தால் அவளிடம் முன்பே உண்மையைச் சொல்லி அவளை சமாதானப்படுத்தி, சம்மதம் வாங்கிய பின்பே கிளம்புவோம். வீட்டிற்கு வரும் உறவினர்கள் கிளம்பும்போதும் "நீ போய் டிரஸ் மாத்திட்டு வா.. செப்பல் போட்டுட்டு வா. நாங்க வெய்ட் பண்றோம்" என்று அவளை உள்ளே அனுப்பிவிட்டு கிளம்பிப் போய்விட்டால் அந்த ஏமாற்றம் தாங்காமல் வெகுநாட்களுக்கு அதைச் சொல்லிக் கொண்டேயிருப்பாள் என்பதால் அவளிடம் விடைபெற்ற பின்னரே கிளம்பச்

சொல்வோம். அவளும் உடனே சமாதானமாகி விடுவதோடு நாங்கள் திரும்பி வரும்வரை அழாமல் காத்திருப்பாள். கீர்த்து அவளுக்கு நேர்மாறாய் இருக்கிறாள். அவளிடம் சொல்லிவிட்டு கிளம்பினாலும் ஏமாற்றி கிளம்பினாலும் குறைந்தது 15 நிமிடங்களுக்காவது நிறுத்தாமல் அழுவாள்.

அன்று சித்து, அவசரமாய் வெளியே கிளம்ப வேண்டியிருந்தது. இவளோ அவர் பின்னாலேயே ஒட்டிக் கொண்டு திரிந்து கொண்டிருந்தாள்.

"ப்ளீஸ்..எதாச்சும் பண்ணு. நான் போயாகனும்" என்று என்னிடம் கெஞ்சினார்.

நான் அவளிடம், "கீர்த்துமா.. நானா வெளில கிளம்பறாங்க. நாமளும் போலாமா?" என்றேன்.

"போலாம்.. போலாம்" என்று குதித்தாள்.

"நீ இன்னும் குளிக்கவே இல்லியே? வா.. குளிச்சு புது டிரஸ் போட்டுக்கலாம். நானா வெய்ட் பண்ணுவாங்க" என்றதும்,

"இங்கயே இருங்க நானா.. நான் குளிச்சிட்டு வேற டெஸ் போட்டுட்டு வந்துடறேன்.." என்று சொல்லிவிட்டு சமத்தாக பாத்ரூமிற்கு ஓடிவிட்டாள்.

நான் அவரை சத்தமின்றி வெளியே அனுப்பிவிட்டு உள்ளே போய் அவளைக் குளிப்பாட்டினேன். குளித்து முடித்ததும்,

"இருடா.. துண்டு எடுத்துட்டு வரேன்" என்றபடி வெளியே வந்தவள், ஹாலுக்கு வந்ததும் திகைத்து நின்று, "ஙேஏஏஏ" வென அழ ஆரம்பித்தேன்.

அவள் அங்கிருந்தே "என்னாச்சும்மா.. எதுக்கு அழறீங்க?" என்க,

"பாரு கண்ணு, நானா நம்மளை விட்டுட்டே கிளம்பிப் போய்ட்டாங்க. வெய்ட் பண்றேன்னு தான சொன்னாங்க? ங்ஏஏஏஏ.. நானா வேணும்.. நானாஆஆஆ..."

என்று முகத்தை மூடிக் கொண்டு அழுது கொண்டேயிருந்தேன்.

அவள் வெளியில் வந்து, அழுதுகொண்டிருக்கும் என்னைப் பார்த்து என்ன செய்வதென்று புரியாமல் விழித்துவிட்டு, பின் அருகில் வந்து ஆறுதலாய் என் முதுகில் தட்டிக் கொடுத்து,

"அழாதீங்கம்மா.. நானா சீக்கிரம் வந்துடுவாங்க. ஆபீஸ் போயிருப்பாங்க. இப்ப வந்துடுவாங்க."

என்று என்னை சமாதானப்படுத்திவிட்டு, அமைதியாய் உட்கார்ந்து டிவி பார்க்க ஆரம்பித்துவிட்டாள்.

ஜூன் 6, 2016

நேற்று கீர்த்து தூங்கி எழும்போது இப்படித்தான் இருந்தாள்.

"அம்மா, எம் மூஞ்சி எப்டி கலைஞ்சிருக்கு பாருங்க! சரி பண்ணியுடுங்க"

ஜூன் 7, 2017

எப்போதோ வாங்கிய ஒரு பொருளை கையில் வைத்துக் கொண்டு, இதை எங்கே வாங்கினோமென்று யோசித்துக் கொண்டிருந்தேன். *Gulf mart* ல் தான் வாங்கியிருப்போமென்று முடிவு செய்த நேரம் ஓரத்தில் *Grand hyper* என்று சின்னதாய் ஸ்டிக்கர் ஒட்டியிருந்ததைப் பார்த்தேன்.

"*Gulf mart* இல்லப்பா. *Grand hyper* ல வாங்கியிருக்கோம். ஸ்டிக்கர் இருக்கு பாருங்க" என்று சித்துவிடம் காண்பித்தேன்.

கீர்த்து, "நான் பாக்கறேன். நான் பாக்கறேன். எங்க போட்டிருக்கு? எங்க கிராண்ட் ஹைபர்னு எழுதியிருக்கு காமிங்க" என்று குதித்தாள்.

"காமிச்சா மட்டும் படிச்சிடுவியாடி குட்டி? இந்தா படி" என்று கிண்டலடித்தபடியே வேண்டுமென்றே *BST* என்று பெரிதாய் எழுதியிருந்த பிராண்ட் பெயரைக் காண்பித்தேன்.

அதன் கீழே விரல் வைத்து எழுத்துக் கூட்டிப் படிப்பவள் போல, "கி ரா ண் ட்.. ஹை ப ர்" என்று படித்தவள், சட்டென்று நிமிர்ந்து, "ம்மா இங்க *B* நு போட்டிருக்கே? அது கிராண்ட் ஹைபர் இல்ல. *Brand hyper*" என்கிறாள்!

ஜூன் 8, 2017

தூக்கக் கலக்கத்திலிருந்த அம்முவை தூங்க விடாமல் நோண்டிக் கொண்டேயிருந்தாள் கீர்த்து. அம்மு பெட்ஷீட்டால் தலையை மூடிக்கொண்டு,

"நானா! ஆஆஆ இவளை அந்தப் பக்கம் போகச் சொல்லுங்க நானா. என்னால தூங்கவே முடில. *She is killing me..*" என்று கத்தினாள். உடனே கீர்த்து எக்கச்சக்கமாய் டென்ஷனாகி,

"அக்கா பொய் சொல்றா நானா. நான் கிள்ளவேயில்ல. ஏய் நான் உன்ன எங்க கிள்ளினேன்? எங்க கிள்ளினேன்..காமி?" என்று சண்டைக்குப் போகிறாள்!!

ஆகஸ்ட் 27, 2017

கீர்த்துவிற்கு புதிதாக *Hide and seek* கான்செப்டில் *Quiet Book* ஒன்று வாங்கிக் கொடுத்தோம். இன்று அதை எடுத்து வைத்துக் கொண்டு சொல்லித் தரச் சொன்னாள். அவளை டேபிளுக்கடியில், கட்டிலுக்கடியில் உட்கார வைத்து "under" சொல்லிக் கொடுத்தேன். "*In*" சொல்லித் தரும்போது அவளைத்

தூக்கி காலியான கூடைக்குள் உட்கார வைத்து "in the basket", அவளை ரூமிற்குள் அனுப்பி நான் வெளியில் நின்று "in the room" என்றெல்லாம் சொல்லிக் கொடுத்தேன்.

"கீர்த்தும்மா இப்ப நீ ரூமுக்கு 'உள்ள' இருக்க. இப்ப சொல்லு, where are you?"

"Mmm.. I am in the room"

"குட் கேர்ள்ள்ள்!

கொஞ்சம் கழித்து நான் கிச்சனில் இருக்கும் போது அவள் வேறு ரூமில் விளையாடிக் கொண்டிருந்தாள். நான் உள்ளிருந்தபடியே லேசா எட்டிப் பார்த்து,

"கீர்த்துமா where are you?" என்றேன்.

அவளும் அங்கிருந்து எட்டிப் பார்த்து,

"I am not 'அந்த' ரூம் அம்மா" என்றாள்.

(பயபுள்ள அவ்ளோ நேரமா நான் இந்த பேஸ்கட்" "இந்த ரூம்" நு சொல்றேன்னே நினைச்சுட்டு இருந்திருக்கா போல)

செப்டம்பர் 18, 2017

கடந்த 11 வருடங்களாக எங்கள் குடும்பத்தில் எல்லோருக்கும் பெண் குழந்தைகளே பிறந்து கொண்டிருப்பதால், 11 ல் தொடங்கி ஒன்னரை வயது வரை வெவ்வேறு உயரங்களில் இரட்டைஜடை, குதிரைவால், ஒற்றைக் குடுமி, மொட்டைத்தலை

குட்டீஸ்கள் உண்டு. அவர்களின் உடைகள், பொம்மைகள் போன்றவையும் வயதுவாரியாக மாறி மாறி சுற்றிக் கொண்டே இருக்கும். தனது உடைகளை அப்படி யாராவது அணிந்திருப்பதைப் பார்த்தால் கீர்த்து உடனே 'படையப்பா' ரஜினியாகி விடுவாள். "உனக்கு அந்த டிரஸ் குட்டியாய்டுச்சு. இனிமே போட முடியாது. இப்டி கேக்கக் கூடாது" என்று ஒவ்வொரு முறையும் சொல்லிக் கொடுத்துக் கொண்டேயிருப்பேன்.

இம்முறையும் ஊருக்குக் கொடுத்து விடுவதற்காக அவளது உடைகளையும், அவள் சிறு குழந்தையாய் இருந்தபோது வைத்து விளையாடிய ஒரு பொம்மையையும் எடுத்து வைத்திருந்தேன். ஒவ்வொன்றாய் நோட்டமிட்டவள், அந்த பொம்மையை பார்த்ததும்,

"இந்த டிரஸ்லாம் தான குட்டியாப் போச்சு? இந்த பொம்மை குட்டியாவே ஆவலியே? இத எதுக்கு குடுக்கறீங்க?"

என்று ஒரு கேள்வி கேட்டுவிட்டு திரும்பக் கொண்டு போய் தன் பொம்மைகளோடு சேர்த்து வைத்துவிட்டாள்.:))

செப்டம்பர் 27, 2017

படுக்கையில் கால் மேல் கால் போட்டபடி படுத்து தீவிரமாய் யோசித்துக் கொண்டிருந்த கீர்த்து, திடீரென்று என் பக்கம் திரும்பி,

"ம்மா.. Cabbage க்கு தமிழ்ல்ல முட்டைக்கோஸ் ந்னு பேர் இருக்கறது எனக்கு புடிக்கல. அதுக்கு தமிழ்ல்ல வேற பேர் வெச்சிடறீங்களா..? ப்ளீஸ்"

என்று சீரியசாக கேட்டாள். நான் விழுந்து விழுந்து சிரித்து,

"எப்டிடா உனக்கு இப்டில்லாம் தோணுது! உனக்கும் அக்காவுக்கும் தான் நான் பேர் வைக்க முடியும். காய்கறிக்கெல்லாம் அம்மா பேர் வைக்கல..அதையெல்லாம் மாத்தவும் முடியாது"

என்றதும் முகத்தை உம்மென்று வைத்துக் கொண்டாள். கொஞ்சி கெஞ்சி சாக்லேட் கொடுத்து சமாதானப்படுத்தி வைத்தேன்.

ஆனால், அன்றிலிருந்து மறக்காமல், இரண்டு நாட்களுக்கு ஒருமுறையாவது தொடர்ந்து முட்டைக்கோஸின் பேரை மாற்றியாகி விட்டதாவென்று விசாரித்துக் கொண்டே இருந்தாள். முகநூலில் நண்பர்களிடமெல்லாம் விதவிதமாய் பெயர்கள் கேட்டு அவளிடம் சொன்னதில், முட்டைக்கோஸிற்கு எழுத்தாளர் ரமேஷ் வைத்யா பரிந்துரைத்த ‘முச்சுக்கோ’ என்ற பெயர்தான் பொருத்தமாய் இருப்பதாக மகிழ்ச்சியுடன் தேர்ந்தெடுத்திருக்கிறாள்.

அம்மாவா இருந்தா என்னவெல்லாம் செய்ய வேண்டியிருக்கு.. ஒரே குஷ்டமப்பா.

செப்டம்பர் 27, 2017

கீர்த்து ஸ்கூலுக்கு போக மாட்டேனென்று அடம்பிடிக்கும் போதெல்லாம், "ஸ்கூலுக்கு போகலன்னா உன்னால அக்கா மாதிரி இங்க்லீஷ் பேச முடியாதே, நானா மாதிரி ஆபீஸ் போக முடியாதே, அம்மா மாதிரி கடைல திங்ஸ் எல்லாம் கரெக்டா காசு குடுத்து வாங்கத் தெரியாதே..." என்று வரிசையாய் சொல்ல ஆரம்பிப்பேன். அவளும் பதிலுக்கு " தெரிலன்னா பவ்வால, பவ்வால" என்றே சொல்லிக் கொண்டிருப்பாள். நாங்கள் அடிக்கடி விளையாடும் விளையாட்டு இது! இப்போது 4 மாதங்களாய் விட்டு விட்டாவது ப்ளே ஸ்கூல் போனதில் A, B, C, D படிக்க, எழுத கற்றுக் கொண்டிருக்கிறாள்.

அம்முவிற்கு க்ளாஸ் டெஸ்டிற்கோ, ஹோம் வொர்க் செய்ய வைக்கவோ போராடி அவளை ஒரு இடத்தில் பிடித்து உட்கார வைத்து சொல்லிக் கொடுத்தால், இவளும் பேப்பரையும், பென்சிலையும் கையில் வைத்துக் கொண்டு,

"அய்யோ, நான் இந்த ஹோம்வொர்க்கை முடிச்சாகனும்மா.. டீச்சர் சொல்லிருக்காங்க" என்றோ

"ஸ்டாண்டிங் லைன், ஸ்லீப்பிங் லைன் எழுதிட்டேன். நெக்ஸ்ட் என்ன எழுதனும்?" என்றோ டென்ஷனாய் குறுக்க மறுக்க ஓடிக் கொண்டிருப்பாள்.

ஒருநாள் மதியம், அம்மா வாங்கிக் கொடுத்திருந்த சில்வர் தட்டில் அம்முவிற்கு சாதம் போட்டு கொடுத்தேன்.

"ஹை! இது எனக்கு ரொம்ப பிடிச்ச தட்டு. அம்மம்மா வாங்கிக் குடுத்தது. இதுல என் பேர் எழுதியிருக்கு பாரு!"

என்று கீர்த்துவிடம் காண்பித்தாள். கீர்த்து வாடிப் போன முகத்துடன்,

"எனக்கு மட்டும் அம்மம்மா என் பேர் எழுதின தட்டு வாங்கித் தரல"

என்றாள். நான் கிடைத்த வாய்ப்பை விடாமல்,

"உன் பேர் எழுதியிருந்தாலும் உனக்கு தான் படிக்கத் தெரியாதே. இதுக்கு தான் ஸ்கூல் போகனும்னு சொல்றேன். நீ போகலன்னா பரவால்ல, பரவால்லந்னே சொல்ற?" என்றேன்.

உடனே அவள் கோபமாய்,

"எனக்கு *A,B,C,D* எழுதின தட்டு வாங்கித் தரலாமில்ல? எனக்கு அதெல்லாம் படிக்கத் தெரியும்"

என்றாள்.

முதல் வேலையாய் அம்மாவை ஸ்கைப்பில் கூப்பிட்டு *A-Z* எழுதிய தட்டு வாங்கிக் கொடுத்தனுப்பச் சொல்லிவிட்டேன்.

அக்டோபர் 3, 2017

சூப்பர்மார்க்கெட் போகும்போதெல்லாம் காய்கறிப் பிரிவில் கீர்த்துவிற்கு காய்கறிகள், பழங்களின் பெயர்களையும், அம்முவிற்கு அவற்றை நல்லதாக தேர்ந்தெடுத்து எடைபோட்டு வாங்கும் விதம் குறித்தும் சொல்லிக் கொடுத்தபடியே தான் வாங்குவேன். கீர்த்துவுக்கு எல்லா விஷயங்களிலும் அக்காவை இமிடேட் செய்வது தான் பிடித்தமான விஷயம் என்பதால், அம்முவுக்கு சொல்லித் தருவதைக் கேட்பதில் தான் பெரும்பாலும் கவனத்தை வைத்திருப்பாள். ஒருநாள் அம்முவுக்கு,

"தக்காளி இப்டி கல்லு மாதிரி ரொம்ப காயா எடுக்கக் கூடாது, ம்ம்.. இது பழுத்துருச்சு, இத எடுக்கலாம். இப்டி கொழ கொழன்னு ரொம்ப பழமாவும் எடுக்கக் கூடாது. இது அழுகியிருக்கு பாரு.. இப்டி வெள்ளை வெள்ளையா தெரிஞ்சா எடுக்கக் கூடாது."

என்று சொல்லிக் கொடுத்துக் கொண்டிருந்தபோது, பின்னால் நின்று "அம்மா..அம்மா" வென நச்சரித்துக் கொண்டேயிருந்தாள் கீர்த்து.

அவள் பக்கம் திரும்பி, "என்னடாம்மா?" என்றால், ஒரு கவரை நீட்டி, "நான் செலக்ட் பண்ணிருக்கேன். இது பழுத்துருச்சா.. ந்னு சொல்லுங்க" என்றாள்.

கவரை கையில் வாங்கித் திறந்தால், உள்ளே இருந்தது.....

கேரட்!

அக்டோபர் 23, 2017

அம்முவிடம் அடிக்கடி தமிழ் விடுகதைகள் சொல்லி விளையாடிக் கொண்டிருப்போம். அவளுக்கு, "ஆழக் குழி தோண்டி அதிலொரு முட்டையிட்டு அண்ணாந்து பார்த்தால் தொண்ணூறு முட்டை" மாதிரியான விடுகதைகள் புரியாது. "ஒரு காடு. அந்த காட்டுல யாருமே நடக்காத ரோடு" (வகிடு) "வெள்ளைக் குளத்துல கறுப்பு மீன் நீந்துது"(கண்) என்பது போல எளிமையாய் சொல்ல வேண்டும். கீர்த்துவுக்கு அதுவும் கூட புரியாது. அக்காவைப் போலவே தானும் விளையாட விரும்பி, "என்னை கேளுங்க, நான் சொல்றேன்" என்று குதிப்பாள். அல்லது அவளே நமக்கு விடுகதை சொல்ல முயற்சிப்பாள். அவள் போடும் விடுகதைகளில் ஒரே ஒரு சிக்கல் தான். விடுகதைக்கும் அதற்கான விடைக்கும் எவ்வித தொடர்பும் இருக்க வேண்டிய அவசியமில்லை என்று அவள் தீவிரமாக நம்புவது தான் அது!

நான் அரக்கப்பறக்க சமைத்துக் கொண்டிருக்கும்போது உள்ளே வந்து,

"அம்மா, நான் ஒரு கொஸ்ஸின் கேக்கறேன். நீங்க பதில் சொல்லுங்க. 'ஒரு முட்டைக்குள்ள வெள்ளைப் பெய்ண்ட்டும் மஞ்சள் பெய்ண்டும் மிக்ஸ் ஆகாம இருக்கும்! அது என்ன?"

என்பாள். "அடிப் பொண்ணே.. முட்டை தாண்டி ஆன்சர்" என்றால்,

"நோ.. ஆன்சர் தப்பு. அதுஊஊ... கதவு!!" என்பாள்.

இதே விடுகதைக்கு ஒவ்வொரு முறையும் அவள் வசதிப்படி, "பெட்ஷீட்" "சுவத்து" (சுவர்!) "கப்போர்ட்" "டிவி" என்று கண்ணில் படுவதையெல்லாம் விடையாக சொல்வாள். அவள் எதைச் சொன்னாலும், "வாவ்! சூப்பர்டா! இது எனக்கு தெரியவே இல்லியே" என்று நாம் ஆச்சரியப்பட வேண்டும்.

ஒருநாள் நாங்கள் அம்முவுடன் விடுகதை போட்டு விளையாடிக் கொண்டிருக்கையில் உன்னிப்பாய் கவனித்துக் கொண்டிருந்தாள். கேள்விக்கும் விடைக்கும் ஏதோ சம்பந்தமிருப்பதை அவளது குட்டி மூளை அன்று தான் கவனித்திருக்கும் போல!

"பறக்கும். ஆனா பறவை இல்ல. வால் இருக்கும். ஆனா குரங்கும் இல்ல. அது என்ன?"

என்று நான் கேட்டுக் கொண்டிருக்கையில்,

"அம்மா.. அம்மா.. அம்மா.. நான் கேக்கறேன், நீங்க பதில் சொல்லுங்க."

என்று இடைமறித்து,

"பவ்..பவ் நு கத்தும். ஆனா அது பூனை இல்ல. அது என்ன?"

என்று கேட்டாள். அம்முவை பதில் சொல்லக் கூடாது என்று கண்டிஷன் போட்டுவிட்டு நானும் சித்துவும் வெகுநேரம்

யோசித்து நிறைய தவறான விடைகளைச் சொல்லி அவளை குதூகலிக்க விட்டுவிட்டு கடைசியாய் "ம்ம்ம்.. அது நாய்க்குட்டியா?" என்று தயங்கியபடியே கேட்டோம்.

முகமெல்லாம் புன்னகை ஒளிர கை தட்டி, "கரெக்ட்! குட் கேர்ள் அம்மா.. குட் கேர்ள் நானா.." என்று பாராட்டினாள். அன்றைய அந்திமாலை அவள் புன்னகையால் மேலும் ஒளி கூடித் துலங்கியது!

டிசம்பர் 20, 2017

அம்முவும் கீர்த்துவும் யூடியூபில் குள்ள மனிதர்கள் பற்றிய அனிமேஷன் வீடியோ பார்த்துக் கொண்டிருந்தார்கள். அம்மு என்னிடம்,

"அம்மா, இது மாதிரி குட்டி மனுஷங்க நிஜத்துலயும் இருக்காங்களா?"

என்றாள். நான் பதில் சொல்ல வாயைத் திறப்பதற்குள், கீர்த்து குறுக்கே புகுந்து,

"இருக்காங்க அக்கா. பாரு! நாமளும் குட்டி மனுஷங்க தான?"

ஜனவரி 24, 2018

இன்று என் அன்னையும் மாமியாரும் தோழியும் மேனேஜரும் மற்றும் இளைய மகளுமான எங்கள் வீட்டு சின்னக்குட்டி, சர்க்கரைக் கட்டி கீர்த்தினிக்கு நான்காவது பிறந்தநாள்.

வேதங்கள் நான்கு, திசைகள் நான்கு, பிரம்மனின் முகங்கள் நான்கு என்ற வரிசையில் இவ்வருடம் கீர்த்துவின் வயதும் நான்கு என்ற பொது அறிவுத் தகவலை உலகோர் நினைவில் கொள்ள வேண்டுகிறேன். ஆனால் எச்சரிக்கை! அவளைப் பார்த்தாலோ பேசினாலோ அவள் பெயர், வயது எல்லாமும் மறந்து போய் "அவ்வ்வ்வ் செம க்யூட்ட்ட்!!" என்பது மட்டுமே உங்கள் நினைவில் இருக்கும்.

தினமும் அத்தனை அழகாக நிற்கிறாள், நடக்கிறாள், உட்காருகிறாள், உறங்குகிறாள், கோபிக்கிறாள்,சொப்பு வாய் திறந்து கொட்டாவி விடுகிறாள். நான்கு வருடங்களாய் கொஞ்சமும் அலுத்துக் கொள்ளாமல் எல்லா கணங்களிலும் அழகாய் இருக்கிறாள்! அவளை பார்த்ததும், அழகின் உச்சம் அவள் கண்கள் என்று நினைப்பீர்கள். அவள் பேசத் தொடங்கியதும், விழியா அல்லது மொழியா எதை முதலில் வைப்பது என்று குழம்புவீர்கள்.

நாமெல்லாம், "வீட்டுக்கு போய்ட்டிருக்கோம்.. இதோ வீட்டுக்கு வந்தாச்சி" என்று தானே சொல்வோம்? ஆனால் அவள் மட்டும் வீட்டை நெருங்கியதும், கண்கள் ஒளி கூடி மின்ன, மகிழ்ச்சியில் முகம் விகசிக்க "ஹைய்யா! வீட்டுக்கு போய்ட்டாச்சி" என்பாள். அதைக் கேட்கும்போது தான், நாம் இத்தனை வருடங்களாய் நம்பிக் கொண்டிருந்தது போல மொழியை வடிவமைப்பது பண்டிதர்கள் அல்ல குழந்தைகள் தான் என்று நமக்கு உறைக்கும்.

"தாகமா இருக்கு தண்ணி தாங்க" என்றே எத்தனை ஆயிரம் வருடங்களாய் கேட்டுக் கொண்டியிருக்கிறோம்? கீர்த்தினியோ "வேர்க்குது.. தண்ணி தாங்க" என்று தான் கேட்பாள். "நாக்கு வேர்க்குமா?" என்று நாம் ஆச்சரியப்பட்டு முடிப்பதற்குள்ளாக "தாகுது ந்னு தான கேக்கறேன், ப்ளீஸ் தண்ணி தாங்க!" என்று மீளவும் வியப்பில் ஆழ்த்துவாள். நாம் இதிலிருக்கும் இலக்கணத்தையோ லாஜிக்கையோ நாள் முழுக்க யோசித்துக் கொண்டிருக்கையில், கொடுத்த பால் டம்ளரில் பாதி கூட குடிக்காமல் திருப்பிக் கொடுத்துவிட்டு "கண்ணு எரியுது. குடிக்க முடியல" என்று கொஞ்சமும் லாஜிக்கே இல்லாமல் கடுப்பேற்றுவாள்.

"இந்த டிரஸ்ஸை போட்டு விடுங்க, சாப்பாடு ஊட்டி விடுங்க.." என்றெல்லாம் அவள் கேட்கும் போது, 'வழமை தானே' என்று அவள் கேட்பதை வீட்டிலிருப்பவர்கள் செய்து கொடுப்பார்கள். அவள் தன் குட்டிக் கையில் குட்டித் தம்ளரைப் பிடித்துக் கொண்டு, அதிலிருக்கும் கால்வாசித் தண்ணீர் கீழே சிந்தி விடாமல் கவனமாய் நடந்து வந்து, முகத்திற்கு நேராக நீட்டி "இத எனக்கு குடிச்சு விடறீங்களா ப்ளீஸ்!" என்று

கேட்கும்போது பிரேக்கிங் நியூஸ் கேட்டது போல திகைப்பார்கள். இதுவாவது பரவாயில்லை. ஒரு முறை அவள் ஐபேடை தூக்கிக் கொண்டு வந்து என்னிடம் குடுத்து "எனக்கு கை வலிக்குது. இத கொஞ்சம் பாத்து விடுங்க எனக்கு" என்று கேட்டாள்.

நீங்கள் அவளிடம் "தேங்க்யூ வெரிமச்" என்றால், பூரித்துச் சிரித்தபடி "வெல்கம் வெரிமச்" என்பாள். "பொம்மை இங்கயே இருக்கட்டும் நீ வா" என்று கூப்பிட்டால், "நானும் இங்கயே இருக்கட்டும்" என்று பதில் சொல்லி நம்மை தத்துவ விசாரத்தில் ஆழ்த்துவாள். அவளது அக்கா அவளையும் நம்மையும் பாடாய்ப்படுத்துவாள். ஆனால் அக்கா அடித்தால் கூட பொறுத்துக் கொள்ளும் கீர்த்தினி, அவள் கேலி செய்தால் மட்டும் அழுதபடியே நம்மிடம் வருவாள்.

"ஏண்டா கண்ணம்மா அழற?"

"அக்கா என்னை ரொம்ப கிண்டல்படுத்தினா ம்மா"

ஆமாம் தானே! அவளை நேரில் பார்க்காமலேயே "அச்சோ க்யூட்" என்று தோன்றுகிறது தானே? இந்த "க்யூட்நெஸ்" ஸிற்கு நேரடி தமிழ்ச்சொல் என்ன? நான்கு வருடங்களாய் நானும் தினமும் இதை யோசிக்கிறேன். இன்னமும் பொருத்தமாய் ஒரு சொல் கிடைத்தபாடில்லை.

இதையெல்லாம் விடவும் க்யூட்டாகவும் இம்சையாகவும் ஒரே நேரத்தில் இருப்பது அவளது கேள்விப்படலம்.

"அம்மா டிஷ்யூ ஏன் வெள்ளையா இருக்கு?"

"ஹோட்டல்ல ஏன் எப்பவும் பெட்டெல்லாம் ஒயிட்டாவே இருக்கு?"

"காருக்கு ஏன் பெட்ரோல் போடறாங்க.. சார்ஜ் போடலாமில்ல?"

"எதுக்கு வாசல்ல கோலம் போடறோம்?"

"மின்மினி பூச்சி என்ன சாப்பிடும்? "

"மேக்னெட் ஏன் ப்ளாக்கா இருக்கு?"

இதெல்லாம் சாம்பிள்ஸ்.

எது தீர்ந்து போனாலும், எவை தேவையென்றாலும் அவற்றை கடையில் போய் வாங்க வேண்டும் என்று அவளது குட்டி மூளை தெரிந்து வைத்திருக்கிறது. வீட்டில் கோலப்பொடி தீர்ந்து போனால், என் பர்ஸில் இருக்கும் ஹெல்த் இன்ஸ்யூரன்ஸ் கார்ட் நல்ல விளையாட்டுப் பொருள் போல அவளுக்குத் தோன்றினால் உடனே..

"அம்மா கோலம் கடைக்குப் போய் கோலப்பொடி வாங்கிட்டு வர்றீங்களா?"

"இன்ஸ்யூரன்ஸ் கடைக்குப் போய் எனக்கும் இதே மாதிரி ஒரு கார்ட் வாங்கித் தர்றீங்களா?"

என்பாள்.

இதோ இப்போது அவள் பிறந்தநாளுக்காக லண்டன் வந்திருக்கிறோம். அவள் கண்விழித்ததும் நெற்றியில் முத்தமிட்டு "ஹேப்பி பர்த்டே செல்லக்குட்டி.. போய் நானாவ எழுப்பு" என்று கீழ் அறைக்கு அனுப்பினேன். இவள் படியிறங்குவதற்குள்ளாக சித்து வெளியில் வந்து "ஹேப்பி பர்த்டே" என்றார். உடனே திரும்பி ஓடிவந்து சீரியஸாக, "நானாவ எழுப்ப சொன்னீங்கன்னு போனா நானாவே வந்துட்டாங்க. இப்ப எப்டிம்மா எழுப்பறது?" என்றாள்.

மணிக்கண்கள் சுழற்றி, மழலைக் குரல் மிழற்றி, நாளும் எங்களைச் சொக்க வைக்கும் இச்செல்லப் பெண் சீரும் சிறப்புமாய் நீடுழி வாழ வாழ்த்துங்கள் நண்பர்களே! எங்கள் சிட்டுக்குருவி சிறகடித்துப் பறக்கவென வானம் தன்னை இன்னும் விரித்துக் கொள்ளட்டும். அட்சரேகையென அவள் ஆயுள் நீளட்டும். அட்சயப் பாண்டமென அவள் நலமும் வளமும் பெருகட்டும். பிறந்தநாள் வாழ்த்துக்கள் கண்ணம்மா!

பிப்ரவரி 6, 2018

எதோ பஞ்சாயத்தின் போது அம்மு, கீர்த்துவை "மங்க்கி" என்று திட்டிவிட்டாள். நான் கண்டித்ததும் அக்காக்காரி,

"நான் ஒன்னும் தப்பா சொல்லலயே.. நாமெல்லாம் ரொம்ப நாள் முன்ன மங்க்கியா தான இருந்தோம்?" என்று சமாளித்தாள்.

கீர்த்து, "இதென்ன புது தகவலாய் இருக்கே!" என்பது போல விழி விரித்து அக்காவை ஆச்சரியமாய் பார்த்தாள்.

கொஞ்சம் கழித்து மீண்டும் அதே பஞ்சாயத்து. இம்முறை சித்து கண்டித்தார். இப்போது அக்காவை முந்திக்கொண்டு தானே முன்வந்து,

"நானா நாமெல்லாம் இதுக்கு முன்னாடி மங்க்கியா தான இருந்தோம்? எதுக்கு அக்காவை திட்றீங்க?" என்று சின்னவள் வக்காலத்து வாங்கினாள்.

சித்து ஆச்சரியப்பட்டு.. "அப்டியா?! எப்ப மா நாம மங்க்கியா இருந்தோம்?" என்றதும்,

இவள் திகைத்து, தன் குட்டிச் சுட்டுவிரலை மோவாயில் வைத்து தட்டிக் கொண்டே ஒரு கணம் யோசித்து, பின் என்னிடம் திரும்பி கிசுகிசுப்பாய் "அம்மா நாம எந்த Day ல மங்க்கியா இருந்தோம்? எனக்கு மறந்துடுச்சு. நானா கேக்கறாங்க.. சொல்லுங்க.." என்றாள்!

ஜூன் 21, 2018

ஒரு கையில் பெயிண்ட் பிரஷும் மறு கையில் பேப்பருமாக கீர்த்து என்னிடம் வந்து நின்றாள்.

"அம்மா இங்க பாருங்க! நான் bush ம் ஒரு புலிக்குட்டியும் வரைஞ்சிருக்கேன்!!"

என்றபடி கையிலிருந்த பேப்பரைக் காண்பித்தாள். அதில் அடர்த்தியாய் ஒரு பச்சைத் தீற்றல் மட்டுமே இருந்தது.

"வாவ்! சூப்பர்றா பட்டு! சரி..வெறும் புதர் தான இருக்கு? புலிக்குட்டி எங்க?!"

"புலிக்குட்டி புதருக்கு உள்ள்ள்ள்ள படுத்து தூங்கிட்டிருக்கு மா. வெளில தெரியாது!"

"ஙே"

ஜூன் 23, 2018

அம்மு ஜீன்களைப் பற்றித் தெரிந்து கொள்ள ஆரம்பித்திருக்கிறாள். youtube ல் TED-ed வீடியோக்களைப் பார்த்து விட்டு ஏராளமாய் கேள்வி கேட்கிறாள். அவளின் ஒவ்வொரு குணாதிசயங்களுக்கும் 'இது உங்க ஜீன்' 'நானாவோட ஜீனால தான் இப்டி பண்றேன்' என்று காரணம் சொல்கிறாள். கூடவே அப்பாவுடைய ஜீன்கள் எப்படி குழந்தைக்கு வருகின்றன என்றும் ஆச்சரியப்படுகிறாள்!

"எப்டிம்மா? ஜீன்ஸ் காத்துல ஸ்பிரெட் ஆகுமா ஜெர்ம்ஸ் மாதிரி? அப்டி தான் அப்பா உடம்புலருந்து குழந்தைங்க உடம்புக்கு வருதா?"

என்று ஒருமுறை கேட்டாள். "உனக்கு அதை சொன்னா புரியாதுடா. புரிஞ்சிக்கற வயசு வர்றப்ப கண்டிப்பா சொல்றேன்" என்று எல்லாப் பெற்றோர்களும் சொல்லும் மொக்கை பதிலையே சொல்லி வைத்திருக்கிறேன்.

ஒருநாள் ஜீன்களைப் பற்றி பேசிக் கொண்டிருந்தவள் திடீரென்று,

"நான் செய்யறது மாதிரியே நிறைய கீர்த்துவும் செய்யறாளே? Does she have my genes too?"

என்றாள். நாங்கள் பதில் சொல்வதற்குள், அதுவரை அமைதியாய் இருந்த கீர்த்து, குனிந்து அவள் போட்டிருந்த உடையை ஒருமுறை பார்த்துவிட்டு, யோசிக்கும் பாவனையில்..

"ஹ்ம்ம்ம்?! I have your shirt அக்கா.. but Jeans.."

என்று இழுத்தாள். மூவரும் சத்தமாய் சிரிக்க ஆரம்பிக்கவும், பாவம்.. குழந்தைக்கு ஒரே வெட்கமாகி விட்டது.

ஜூன் 25, 2018

அம்முவுக்கு சென்ற வருடம் கடிகாரத்தில் மணி பார்க்கச் சொல்லிக் கொடுக்கும் போதெல்லாம் கீர்த்து தனக்கும் சொல்லித் தரும்படி வந்து நிற்பாள். அவளுக்கு அப்போது எண்களே 10 வரை தான் தெரியும் என்பதால் எப்படி சொல்லிக் கொடுப்பதென்று தெரியாமல் முழிப்பேன். கடிகாரத்தில் இருக்கும் எண் 11 ஐப் பார்த்து,

“ம்மா! அதான் க்ளாக்ல இங்க ஒரு 1 இருக்கில்ல? எதுக்கு அந்த பக்கம் ரெண்டு 1 இருக்கு?” என்றாள் ஒருமுறை.

இப்போதெல்லாம் அடிக்கடி அவளாகவே சுவர்க் கடிகாரத்தில்

“குட்டி முள் எங்கிருக்கு, பெரிய முள் எங்கிருக்குன்னு பார்த்துட்டு வரேன்” என்று போய் பார்ப்பதை வழக்கமாய் வைத்திருக்கிறாள்.

இன்று ஊருக்கு கிளம்பிக் கொண்டிருக்கையில், அம்மு அவளுடைய வாட்சை எடுத்துத் தரச்சொல்லி கையில் அணிந்தாள்.

பின்னாலேயே கீர்த்துவும் “எனக்கு வாட்ச்?!” என்றாள். அவளது பொம்மை வாட்சை தேடி எடுக்க நேரமில்லாமல் குட்டி டயல் வைத்த என்னுடைய பழைய வாட்ச் ஒன்றை கட்டி விட்டேன்.

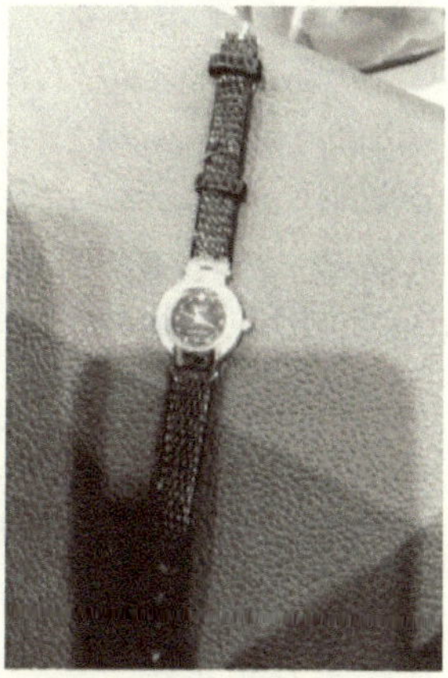

ஸ்டைலாக கையைத் திருப்பி டயலை ஓரிரு நொடிகள் உற்றுப்பார்த்தவள், நிமிர்ந்து கேட்டாள்..

“என்னம்மா இது?! இதுல எல்லா முள்ளுமே குட்டியா இருக்கே? எப்டி மணி பார்க்கறது?”

ஜூன் 30, 2018

மெரினா

“கீர்த்தும்மா.. வந்து ரொம்ப நேரம் ஆச்சு. விளையாடினது போதும். வாடா போலாம்..”

“இருங்கம்மா.. அலை கொஞ்சம் குறைஞ்சோன்னே வந்துடறேன்”

ஆகஸ்ட் 31, 2018

அம்முவும் கீர்த்துவும் காலை 6.30க்கு பள்ளிப் பேருந்தில் ஏறியாக வேண்டும். இருவரையும் 5.30 க்கெல்லாம் எழுப்பி தலைவாரி பூச்சூட்டி அனுப்புவதெல்லாம் சாத்தியமில்லாத ஒன்று என்பதால் இருவரையும் முடி திருத்தகத்திற்கு அழைத்துப் போய் பின்னல் போடத் தேவையில்லாத அளவிற்கு கூந்தலைத் தரிக்கச் சொல்லி விட்டோம். எல்லாம் முடிந்து சுழல் நாற்காலியிலிருந்து கீழிறங்கி கண்ணாடியில் முகத்தைப் பார்த்த கீர்த்தினி,

“என்னம்மா இது??! என் ஃப்ரண்ட் மாதிரியே இருக்கேன். ஸ்கூலுக்கு போனா நான் யாரு என் ஃப்ரண்ட் யாருன்னே எனக்கு அடையாளம் தெரியாதேம்மா” என்றாள்.

செப் 3, 2018

இன்று பள்ளி திறந்தாகி விட்டது. பேருந்திற்கு காத்திருந்தபோது,

“அச்சிச்சோ உங்க டீச்சருக்கும் கீர்த்து யாரு கீர்த்து ஃப்ரண்ட் யாருன்னு அடையாளம் தெரியாதே! என்ன பண்ணுவாங்க?”

என்று கேட்டேன்.

“நோ ப்ராப்ளம்மா. எங்க ரெண்டு பேரோட அல்மனாக் (ஸ்கூல் டைரி) பார்த்தா அதுல எங்க பேரு இருக்குமில்ல? அத வெச்சு கண்டுபுடிச்சுக்குவாங்க”

என்று அலட்டிக் கொள்ளாமல் பதில் சொல்லிவிட்டுப் போனாள்.

பள்ளி விட்டு வரும்போது ஏக குஷியில் இருந்தாள்.

“அம்மா என்னை மாதிரியே ஹேர்ஸ்டைல் வெச்சிருந்த ஃப்ரண்ட்னு சொன்னனில்ல? அவளும் வேற ஹேர்கட் பண்ணிகிட்டா. குட்டியா பாப் கட் மாதிரி! இப்ப நான் யாரு என் ஃப்ரண்ட் யாருன்னு ஈசியா அடையாளம் தெரியுது!!

அப்பாடா! பிரச்சினை தீர்ந்தது என்று பெருமூச்சு விடாதீர்கள்.

அம்முவுக்கும் கீர்த்துவுக்கும் இப்போது ஒரே ஹேர்ஸ்டைல் தான். வீட்டில் அக்காக்காரி உட்கார்ந்திருக்கும் போதெல்லாம் அவளருகில் போய் தோள் உரசி ஒரே உயரத்தில் நின்று கொண்டு

“நான் யாரு அக்கா யாருன்னு கண்டுபிடிங்க பாக்கலாம்!” என்கிறாள்.

செப்டம்பர் 4, 2018

கீர்த்து நிறைய விஷயங்களில் என்னைப் போல! எங்கள் இருவருக்குமே புதிதாய் எதைத் தொடங்குவதென்றாலும் கடுமையாய் ஸ்டார்ட்டிங் டிரபுள் இருக்கும். எனக்கு புது நட்பு, பள்ளி, கல்லூரி, அலுவலகம், வசிப்பிடம், பயிற்சி வகுப்புகள்,

சமையல் என்று சகலத்திலும் மனம் ஒன்றிப் பழகத் தொடங்கும் வரை ஆரம்பகாலம் பெரும் சோதனைக் காலமாய் இருக்கும். அதனாலேயே புதிதாய் ஒரு ஆளைப் பார்த்ததும் வேகமாய் ஓடி வந்து, என் பின்னால் ஒளிந்து கொள்ளும் மகளை இன்னும் நெருக்கமாய் புரிந்து கொள்ள முடிகிறது. அம்மு ஒரு அதிரடிப் பட்டாசு! அவள் எங்கும் எதற்கும் தயங்கி யோசித்து நிற்க மாட்டாள்.

கீர்த்து அடிக்கடி கேட்கும் விநோதமான கேள்விகளின் வரிசையில் முதன்மையானது, " என்னை ஏன் நீங்க மொதல்ல பொறக்க வைக்கல? எதுக்கு அக்காவை ஃபர்ஸ்ட் பொறக்க வெச்சீங்க?" என்பது.

"அது ஏன்னா கண்ணு.. உன்னை மொதல்ல பொறக்க வைச்சா நீ தனியா ஸ்கூல் போறதுக்கு அழுவ, யார் வீட்ல விட்டாலும் இருக்க மாட்ட, தனியா எங்க போறதுன்னாலும் பயப்படுவ, உனக்கு ஷெல்ஃப் மேலருந்து பிரஷ் பேஸ்ட் எடுத்து தர ஆள் இல்லாம கஷ்டப்படுவ.. அப்டில்லாம் நீ சிரமப்படக் கூடாதுன்னு தான் உன்னை மொதல்ல பொறக்க வைக்கல"

என்பேன். இதை நம்பலாமா வேண்டாமா என்பது போல சந்தேகமாய் முகத்தை வைத்துக் கொண்டிருந்துவிட்டு, அடுத்த நாள் திரும்பவும் அதையே கேட்பாள்.

மூணரை வயதாயிருந்த போது, ஒரு முறை அவளாகவே டான்ஸ் க்ளாஸில் சேர்த்துவிடச் சொல்லி கேட்டாள். அம்மு பாட்டுக் க்ளாஸ் போகும் இடத்திலேயே டான்ஸும் சொல்லித் தருகிறார்கள் என்பதால் அங்கே கூட்டிப் போனோம்.

பெயர் பதிவிற்கான விண்ணப்பத்தை எடுத்து நீட்டி, மாதக்கட்டணம் 20 குவைத் தினார்கள் (4000 ரூபாய்கள்) என்றார்கள். அட்மிஷனுக்கு தனியாய் 5 தினார். சித்து படிவத்தை பூர்த்தி செய்துவிட்டு, பர்ஸைத் திறந்து 20 கேடியைத் தொட்ட கணத்தில், ஒரு அற்புதமான தேவதை பறந்து வந்து என் நாவில் அமர்ந்தது.

"எதுக்குப்பா இப்பவே ஃபீஸ் கட்டறீங்க? அவ ஒரு க்ளாஸாவது அட்டெண்ட் பண்ணட்டும். அவளுக்கு புடிச்சிருந்தா அப்றம் காசு கட்டிக்கலாம்"

என்றேன். அந்த மலையாள நிர்வாகிக்கு நான் சொன்னது புரிந்து அவரும் பெருந்தன்மையாய்,

"அப்டின்னா இந்த ஃபார்ம் உங்ககிட்டயே இருக்கட்டும். ஃபீஸ் கட்டறப்ப வாங்கிக்கறோம்" என்றார்.

சித்து தலையாட்டிவிட்டு பர்ஸை மூடிய கணத்தில், அந்த தேவதை எங்கோ அவசர வேலையாய் கிளம்பிப் போய் விட்டது.

"ஃபார்ம் உங்ககிட்டயே இருக்கட்டும். ரிஜிஸ்டிரேஷனுக்கு கட்டற 5 தினார்(1000 ரூபாய்) மட்டும் இப்ப கட்டிடறோம்."

என்றபடி நானே என் ஹேண்ட்பேக்கிலிருந்து எடுத்துக் கொடுத்தேன்.

அந்த பணம் அவரது கல்லாப் பெட்டியில் கூட போய் விழவில்லை. அறைக்குள்ளிருந்து, முன்புறம் நீளமாய் தாடியும், பின்னால் முனிபுங்கவர் போல ஜடாமுடியும் வைத்துக் கொண்டு வெளியே வந்த டான்ஸ் மாஸ்டரைப் பார்த்த நொடியில், கீர்த்து வீறிட்டு அலற ஆரம்பித்தாள். அடுத்த அரை மணி நேரம், நாங்கள் கற்றுவைத்திருந்த மொத்த வித்தைகளைக் காண்பித்தும், அவளிடம் எந்த பாச்சாவும் பலிக்கவில்லை. மேசை மேலிருந்த 5 தினாரை வயிற்றெரிச்சலுடன் பார்த்தபடி அவளை அழைத்துக் கொண்டு திரும்பி விட்டேன்.

"எத்தனை நாளா போறேன் போறேன்னு அடம்பிடிச்ச? ஏண்டி உள்ளயே போகாம அழுத?"

என்று பலநூறு முறைகள் கேட்டபிறகு யோசனையாய் என்னை ஏற இறங்க பார்த்துவிட்டு, போனாப் போகுது என்ற பாவனையில்,

"நான் கேர்ள் டீச்சர் நு நென்ச்சேன். எனக்கு பாய் டீச்சர் பூக்காது"

என்றாள். சரி போ! அந்த மலையாள சேட்டனிடம் போன ஜென்மத்தில் வாங்கிய 1000 ரூபாய் கடனை இப்போதாவது அடைத்தோமே என்று பெருமைப்பட்டு என்னை நானே சமாதானப்படுத்திக் கொண்டேன்.

அதற்கு பின், அக்கா போகும் நீச்சல் வகுப்பிற்கு தானும் போக வேண்டுமென்று ஒரு வருடமாய் கேட்டுக் கொண்டிருந்தாள். எனக்கு மீண்டும் ஒரு முறை அவளிடம் ஏமாறும் ஐடியா இல்லையென்று கறாராய் சொல்லிவிட்டேன். இப்போது வயது ஐந்தை நெருங்குவதால் ஒரு நம்பிக்கையில் நீச்சல் வகுப்பிற்கு அவள் பேரைப் பதிந்து பணமும் கட்டிவிட்டோம்.

நேற்று முதல் நாள் வகுப்பிற்கு ஜரூராய் கிளம்பினாள். துறுதுறுவென்று அக்காவின் பின்னாலேயே அலைந்தாள். குழந்தைகள் அனைவரையும் நீச்சல் குள விளிம்பில் உட்காரச் சொன்னதும் பந்திக்கு முந்துவது போல ஓடிப் போய் அக்கா பக்கத்தில் உட்கார்ந்தாள். கால்களை நீருக்குள் தொங்க விட்டுக் கொண்டு வேகமாய் ஆட்டச் சொன்னதும் குஷியாய் தப் தப்பென்று காலால் தண்ணீரை அடித்தாள். "ஸ்டாண்ட் அப்" என்றதும் எழுந்து நின்றாள். "ஓகே ஜம்ப்!" என்றதும் தான் அதிர்ச்சியானாள்! ஒவ்வொருவராய் தண்ணீருக்குள் குதிக்க ஆரம்பித்ததும் பதட்டமாகி அக்காவின் கையை இறுக்கப் பிடித்துக் கொண்டு "நோ.. நோ" என்றாள். கோச் சொன்னதும் அம்மு இவள் கையை உதறிவிட்டு நீருக்குள் பாய, திகைத்து திருதிருவென விழித்து பின் அழத் தொடங்கினாள்.

நான் சற்று தள்ளி அமர்ந்திருந்தேன். அழுகிறாளே என்று தயக்கமாய் எழுந்தேன். வராதீர்கள் என்று அவர்கள் சைகையில் சொல்லவும் மீண்டும் அமர்ந்து கொண்டேன். அடுத்த ஒரு மணி நேரம் அவள் செய்தவை ஒவ்வொன்றும்.. ஹைய்யோ அத்தனை அழகு! அழுபவர்களை பார்த்து சிரிப்பது தவறு என்ற அறவுணர்வையெல்லாம் மீறிக் கொண்டு எனக்கு சிரிப்பு பீறிட்டது.

பயிற்சியாளர்கள் ஒவ்வொருவரும் வந்து அவள் காலடியில் நின்று, நீருக்குள் குதிக்கும்படி கெஞ்சியும் மிரட்டியும் கேட்டுக் கொண்டிருக்க இவள் அழுது மறுத்துக் கொண்டேயிருந்தாள். திடீரென ஒருவர் ஏசு ஆட்டுக்குட்டியை சுமப்பது போல அவளை அலேக்காய் தூக்கி தொப்பென்று தண்ணீருக்குள் போட்டார். அவள் திமிறி மேலெழுந்து தலையுயர்த்தி, ஆழமாய் மூச்சிழுத்து ஓஓ வென்று கத்தி அழுதாள். அவர் அவளைத்

தூக்கி வைத்துக் கொண்டு "ok ok sorry! give me high five" என்று கையைக் காட்ட இவள் அழுது கொண்டே high five கொடுத்தாள். அவர் மறு கையை காட்ட, அழுகையை நிறுத்தாமல் சிரத்தையாய் அதிலும் high five அடித்தாள். அவர் "why are you crying?" கேட்ட அதே நேரம் பின்னிருந்து ஒருவர் அவளது இரு கைகளையும் பிடித்து மேலே உயர்த்தி ஆட்டினார். கேள்வி கேட்டவர் இப்போது "why are you dancing?" என்றார். அவள் ஒரு கணம் அழுகையை நிறுத்தி அண்ணாந்து பார்த்து கைகளை உருவிக் கொண்டு மீண்டும் அழ ஆரம்பித்தாள்.

இடையில், கொஞ்சம் ரெஸ்ட் எடுக்கட்டும் என்று நீச்சல் குளத்துப் படிக்கட்டில் அவளை அமர வைத்திருந்தார்கள். அங்கேயும் அழுது கொண்டு தான் இருந்தாள். நான் மெல்ல மொபைலை எடுத்து கேமராவில் அவளை ஜூம் செய்து போட்டோ எடுத்தேன். என்ன ஆச்சரியம்! கேமரா ஸ்க்ரீனில் அவள் சிரித்துக் கொண்டிருப்பது போல இருந்தது! திகைத்து போனை நகர்த்தி தலைசாய்த்து பார்த்தால் அழுது கொண்டிருக்கிறாள். மீண்டும் போனை அவளுக்கு நேராக வைத்தால் சிரிக்கிறாள்.

வகுப்பு முடிந்து அழைத்துப் போகையில் தாங்க முடியாமல் கேட்டுவிட்டேன். "ஏண்டா அழுதுட்டு தான இருந்த? போட்டோ எடுக்கறப்ப மட்டும் எதுக்கு சிரிச்ச?"

பதிலுக்கு அவளும் ஒரு கேள்வி கேட்டாள்!

"அப்ப தான போட்டோ அழகா இருக்கும்?"

செப்டம்பர் 15, 2018

கீர்த்துவை உறவுப் பெயர்கள் / முறைகள் ரொம்பவே குழப்புகின்றன. மாமா, அத்தை என்ற தூரம் கூட இல்லை. அக்கா, தங்கச்சியிலேயே கன்னாபின்னாவென்று கன்ஃபியூஸ் ஆகி விடுகிறாள்.

அவள் அகராதியில் 'தங்கச்சி' என்ற சொல்லுக்கு என்ன அர்த்தம் என்றே தெரியவில்லை. அமுதினியிடம் முட்டிக் கொள்ளும் போதெல்லாம் சீரியசாக கண்களில் நீர் தளும்ப வந்து,

"அக்கா என்கிட்ட தங்கச்சியாவே இருக்க மாட்டிங்கிறாம்மா"

என்று முறையிடுகிறாள். சிலநேரங்களில்,

"அக்கா என்கிட்ட ரொம்ப தங்கச்சியா இருக்கா. நீங்க கொஞ்சமா தான் தங்கச்சியா இருக்கீங்க. போங்க நீங்க" என்று என்னிடமும் சித்துவிடமும் பிலுக்கிக் கொள்கிறாள்.

ஒருமுறை அவளும் அம்முவும் விளையாடிக் கொண்டிருந்தார்கள். என்னவோ என்னை வைத்து கிண்டலடிக்கிறார்கள் என்பது புரிந்து கவனிக்காதது போல காதைக் கொடுத்திருந்தேன்.

"கீர்த்து அம்மாகிட்ட போய் இந்த பாம்பைக் காமி போ"

"எதுக்குக்கா?"

"அம்மா செமயா பயந்துருவாங்க... கத்துவாங்க"

" அய்யோ அக்கா என்னை காப்பாத்துன்னு கத்திட்டு ஓடிப் போய்ருவாங்கல்ல?" (கெக்கபிக்கன்னு சிரிப்பு)

"ஏய், அம்மாக்கு ஏதுடி அக்கா? அம்மாக்கு அக்காவே இல்ல. சரி சொல்லு, உனக்கு யாரு அக்கா?"

"ஹ்ம்ம்ம்? நீ தான்!"

"கரெக்ட்.. உனக்கு யாரு அம்மா?"

"ம்ம்? அம்மா தான்"

"ஓகே.. உனக்கு யாரு தங்கச்சி?"

"ம்ம்ம்ம்.. நான் தான்!"

தன்னோய்க்குத் தானே மருந்து! தனக்குத் தானே தங்கை!!

அக்டோபர் 22, 2018

கீர்த்து பள்ளி விட்டு வரும்போது அடிக்கடி,

"இன்னிக்கு பஸ்ல செம சண்டை மா. அப்டி கத்தறாங்க எல்லாரும். காது கொய்ய்ய்ங்குது" என்பாள்.

நான் சிரித்து, "எதுக்குடா சண்டை போடறாங்க?" என்றால், "எனக்கெப்டிமா தெரியும்? நான் ஜன்னல்ல வேடிக்கை பாத்துட்டிருந்தேன்." என்பாள்.

அவள் பஸ்ஸில் வருவதெல்லாம் நண்டும் சிண்டுமாக எல்.கே.ஜி, யூ.கே.ஜி பொடிசுகள் மட்டும் தான் என்பதால் நானும் பெரிதாய் கண்டுகொள்ளவில்லை.

அன்றும் வீட்டுக்குள் நுழைந்ததுமே "செம்ம்ம சண்டை. என் காதே போச்சு" என்று அலுத்துக் கொண்டாள். நான் எதுவும் சொல்லாமல் அவள் டைரி எடுத்து பார்த்துக் கொண்டிருந்தபோது,

"என்ன சண்டை தெரியுமாம்மா? *God* பத்தி தான் சண்டை" என்றாள்!

"ஙே! *God* பத்தியா? அதுல என்னடா சண்டை?"

"மத்த எல்லா பொண்ணுங்களும் அல்லா தான் நம்மளை

பாத்துக்கறாரு, காப்பாத்துவாருன்னே சொல்றாங்க. ஜெசிக்கா மட்டும் "இல்ல, ஜீஸஸ் ஜீஸஸ்" ந்னு சொல்றா. மாத்தி மாத்தி பயங்கரமா கத்தறாங்க"

அடக்கடவுளே!

கேஜி குழந்தைகள் இதெற்கெல்லாமா சண்டை போடுவார்கள்?! நான் தான் லூசுத்தனமாய் 'பென்சிலுக்கோ ரப்பருக்கோ ஜன்னல் சீட்டிற்கோ அடிதடி போல' என்று சாதாரணமாய் நினைத்துக் கொண்டிருந்திருக்கிறேன்.

கொஞ்சம் சுதாரித்துக் கொண்டு,

"சரி.. நீ சண்டை போடலயா? நீ என்ன நினைக்கற, அல்லா நம்மளை காப்பாத்தராறா ஜீஸஸா?"

என்று கேட்டால்,

அவள் தன் குட்டிக்கையால் சலிப்பாய் தலையில் அடித்துக் கொண்டு,

"ம்மா இது கூட தெரியாதாம்மா உங்களுக்கு? சிவன் லட்சுமி விநாயகர் பார்வதியம்மா எல்லாருக்கும் நடுவுல இருக்கறவர் அல்லா. அவரை தான் இங்க்லீஷ்ல ஜீஸஸ் ந்னு சொல்றோம்"

என்றாள்.

#இதுக்கு பேர் தான் ஹிந்தில சித்தாரே

ஜனவரி 24, 2019

தமிழில் மொத்தம் 3.36 லட்சம் சொற்கள் இருக்கிறதாய் சொல்கிறார்கள். இதோ இந்தக் குட்டிப்பெண்ணின் கடலாழக் கண்களையும், வியப்பில் சுடரும் அவள் பொன்முகத்தையும் வர்ணிக்கக் கேட்டால் மட்டும் "கல் தோன்றி மண் தோன்றா காலத்தே, முன் தோன்றிய மூத்த மொழி", ஒவ்வொரு முறையும் சோகமாய் உதடு பிதுக்கி சொல்லே இல்லையெனக் கை விரிக்கிறது! இன்று அவளுக்கு 5 வது பிறந்தநாள்! இன்றைக்காவது கொஞ்சம் தயவுபண்ணச் சொல்லி நேற்றே கேட்டிருந்தேன்.

காலையில் முயல்குட்டி போல அவள் போர்வைக்குள் பொதிந்து தூங்கிக் கொண்டிருப்பதைக் கண்டதும், முதல் பார்வையிலேயே 'அற்புதம்!' என்றது. பின், சற்றே வியந்து 'பொற்குவை!' 'பொற்குவை!' என்றது. தொடர்ந்து, பேரழகு என்றும், புடைச்சிற்பம் என்றும், சித்திரமென்றும், தித்திப்பு என்றும், அஞ்சுகம் என்றும், பூஞ்சுனை என்றும், இன்னிசை என்றும், அவள் இயல்பிது என்றும் சில நூறு சொற்களை அள்ளி இறைத்து விட்டு, நிமிர்ந்து பார்த்து 'போதுமா?' என்றது.

நான் புன்னகைத்தபடி, மெல்லக் குனிந்து அவள் பட்டுக் கன்னத்தில் முத்தமிட்டதும், கனிந்த குரலில் 'வாஞ்சை' என்றது. தானும் நெகிழ்ந்து, 'ஆதுரம்' என்றது. பின்னர் பரிவு, பிரியம், பூரிப்பு, புளகம், பெருமை, கர்வம், கனிவு, மகிழ்வு, இறும்பூது என்று வரிசையாய் அடுக்கி விட்டு சுருக்கமாய் 'அன்னை' என்றது. அவள் துயில் கலைந்து, கண் மலர்ந்து "அம்மா! இன்னிக்கு என் பர்த் டேவா!!!" என்று துள்ளி எழுந்ததும், வெகுவாய் திகைத்து, விதிர்த்து, சொல் தேடிக் களைத்து, கைகளைப் பிசைந்தபடி பரிதவித்து நின்றது!

அவளோ எதைப்பற்றியும் கவலைப்படாமல், எப்போதும் போல எல்லாக் கணங்களிலும் அழகாயிருக்கும் வேலையை எழுந்ததுமே சிரத்தையாய் செய்யத் தொடங்கி விட்டாள். வயது தான் ஐந்தாகிறதே தவிர இன்னமும் சொல்லும் மழலையிலே துன்பங்கள் தீர்க்கும் செல்லக் கண்ணம்மாவாகத் தான் வளைய வருகிறாள்.

நேற்றுக் கூட சித்துவிடம் நான் போனில் பேசிக் கொண்டிருக்கையில், "நானாகிட்ட ஒரு சீக்ரெட் சொல்லனும்" "நானாகிட்ட ஒரு சீக்ரெட் சொல்லனும்" என்று நச்சரித்தாள். போனை கையில் வாங்கியதும், "உங்களுக்குத் தெரியுமா நானா? நாளைக்கு என்னோட பர்த்டே

வரப்போகுது!!!!" என்றாள். கூடவே மேஜர் சுந்தர்ராஜன் போல "nana my birthday is gonna come yesterday" என்றாள். நான் சிரித்ததும், நிஜமாகவே குழம்பி, "நானாக்கு எப்டிம்மா என் பர்த் டே தெரியும்? நாம சொன்னா தான தெரியும்? yesterday ந்னா நாளைக்கு தான?" என்றாள்.

இதுவாவது பரவாயில்லை, அம்மு அவளுடைய பழைய வீடியோக்களை பார்க்கும் போதெல்லாம் "என்னம்மா இது நான் இவ்ளோ குட்டியா இருக்கேன்? பக்கத்துல குட்டியா கை தெரியுது.. கீர்த்து அப்பவே பொறந்துட்டாளா?" என்று கேட்பதை பார்த்துவிட்டு, இவள் தன்னுடைய வீடியோவை பார்க்கும்போது மறக்காமல், "என்னம்மா இது நான் இவ்ளோ குட்டியா இருக்கேன்? பக்கத்துல நானா இருக்காங்க? நானா அப்பவே பொறந்துட்டாங்களா?" என்று கேட்டாள்.

அவளைப் பார்த்ததுமே அள்ளிக் கொள்ள கைகள் பரபரக்கும். உள்ளிருந்து எதுவோ பீறிட்டுப் பொங்கியெழும். அவள் தன் குட்டிக்கைகளால் நம்மை கட்டிக் கொண்டதும் நீரூற்றைப் போல வானுயரச் சீறியெழுந்தது, அங்கிருந்து அதே வேகத்தில் சிதறி கீழே விழும். அதன் பெயர் உவகை! கழி பேருவகை!

அவள் கைப்பிடித்து வீதியோரம் நடக்கையில், வழியில் அவள் இதுவரை பார்த்திராத பறவையோ, பிராணியோ, வாகனமோ வந்தால் அதை அவளுக்கு காண்பித்துவிட்டு உடனடியாய் திரும்பி அவள் முகம் பார்ப்பது என் வழக்கம். அவள் கண்களில் அப்படியொரு வியப்பும் உவமை சொல்லிவிட முடியாத அழகும் நிரம்பி வழியும். பள்ளங்களை நிரப்பியோடும் நீர் போல, அறியாமை இருந்த இடத்தில், அறிதலின் ஆனந்தம் நிரம்பும் கொண்டாட்ட தருணம் அது! அதை நான் தவறவிடுவதேயில்லை.

சமீபமாய், வெல்டிங் பட்டறையைக் கடக்கும் போது, "அங்க பாருடா! எப்டி நெருப்பு வருதுந்னு" என்று சொல்லிவிட்டு வேகமாய் திரும்பி அவள் முகத்தை ரசிக்க ஆரம்பித்துவிட்டேன். தார்ச்சாலையில் சிந்தியிருக்கும் எண்ணெய்ப் படலத்தின் மேல் வண்ணங்கள் குழம்புவதைப் பார்த்திருக்கிறீர்கள் தானே? அவள் முகம் அப்படித்தான் இருந்தது. அதிர்ச்சி, பயம், குழப்பம், ஆச்சரியம், மகிழ்ச்சி என்று எத்தனை வண்ணங்கள்!

திராட்சைப் பழங்களை எப்போதும் உதிர்த்து அலசி, தட்டில் போட்டுக் கொடுப்பதையே வழக்கமாய் வைத்திருந்த நான், சென்ற வாரத்தில் ஒரு திராட்சைக் கொத்தை உயரத் தூக்கிப் பிடித்து, "இப்டி தான் திராட்சை பந்தல்ல தொங்கும். நரி இப்டி தான் ஜம்ப் பண்ணுச்சு" என்று காண்பித்த போதும், அவள் விதைத்த விதை முதன்முதலாய் முளைவிட்டு எழுந்த போதும், இதே வியப்பையும் மகிழ்ச்சியையும் தான் பரிசாய்க் கொடுத்தாள்.

"நரி ஏன் திராட்சைய கழுவாம சாப்பிட பாத்துச்சு? அதுல டஸ்ட் இருக்கும் தான?"

"அம்மா! அம்மா! குட்டியா ப்ளாண்ட் வந்துருச்சு. ஓடி வாங்க. தலை மேல குட்டியா 2 லீவ்ஸ் வெச்சுக்கிட்டு நிக்குது.. சீக்கிரம் வந்து பாருங்க!!!"

எல்லா நாட்களையும் 'நாளைக்கு' என்ற சொல்லால் மட்டும் குறித்து வந்தவள், இப்போது 5 வயது பெரிய மனுஷியாகி விட்டதால்,

"ப்ச், உங்களுக்கு புரிலயாம்மா? நேத்து இருக்குல்ல? நேத்தோட நேத்து இருக்கில்ல? அன்னிக்கு தான் சொன்னாங்க டீச்சர்"

என்று மொழியை வில்லாய் வளைக்கிறாள்.

ஒருநாள், "இப்போல்லாம் நாம இலக்கியம் பேசறதே இல்ல.." என்று அலுத்துக் கொண்ட சித்துவிடம், "இதுங்க ரெண்டுக்கும் கல்யாணம் பண்ணி அனுப்பிட்டு தான், கம்பராமாயணம் குறுந்தொகையெல்லாம். அதுவரைக்கும் மூச்" என்று பதில் சொல்லிக் கொண்டிருந்தேன்.

இவள் தீவிர யோசனையாய் முகத்தை வைத்துக் கொண்டு வந்து,

"அம்மா பாய்க்கும் கேர்ள்க்கும் தான கல்யாணம் பண்ணுவாங்க? நாங்க ரெண்டு பேருமே கேர்ள்ஸ் தான? எப்டி கல்யாணம் பண்ணுவீங்க?" என்று கேட்டாள்.

நாங்கள் வெடித்துச் சிரிக்கத் தொடங்கியதும் அவள் முகத்தில் படர்ந்த வெட்கத்தின் அழகு இருக்கிறதே!!! அய்யோ!

பாருங்கள்.. திரும்பவும் இந்தத் 'தமிழ்' இல்லையெனக் கை விரிக்கிறது.

இந்தக் குட்டிப் பெண் தான், இப்போதெல்லாம், தான் சாப்பிட்ட தட்டை தானே கழுவி வைக்கிறாள், கீழே சிந்திய சோற்றுப் பருக்கைகளை முறம் வைத்து அள்ளுகிறாள், இண்டக்ஷன் அடுப்பில் பாத்திரம் வைத்து பால் பாதி தண்ணீர் பாதி என்று ஊற்றி தேநீர் தயாரிக்கிறாள். என்ன ஒன்று, குவளையில் ஊற்றிய பாலோ தண்ணீரோ பாதியை விட சற்றே அதிகமானாலும் திரும்பவும் பாட்டிலில் ஊற்றுவாள், ரொம்பவும் குறைந்து விட்டதென்று மீண்டும் குவளையில் சாய்ப்பாள். இதை நாலைந்து தடவைகள் மாற்றி மாற்றி செய்து கொண்டேயிருப்பாள். செய்தால் தான் என்ன? துல்லியம் முக்கியம் அமைச்சரே!

மார்க்கெட்டில் காய்கறிகளை தரம் பார்த்து பொறுக்கியெடுத்து வாங்கவும் கூட பழகிக் கொண்டிருக்கிறாள். சில நேரம் நாம் தேர்ந்தெடுத்து கவரில் வைத்த காய்கறிகளை ரிஜக்ட் செய்து 'இப்டி வாங்கக் கூடாது' என்று மிடுக்காய் அறிவுறுத்துவாள். நாம் அமைதியாய் கேட்டுக் கொள்ள வேண்டும்.

ஒரு முறை,

"நான் பெரிய வெங்காயம் எடுக்கறேன். நீ சின்ன வெங்காயம் எடு" என்றேன்.

"எவ்ளோ எடுக்கறது?"

"எவ்ளோன்னா என்னடா சொல்றது? கொஞ்சமா எடு"

"அம்மா.. ஃபைவ் வெங்காயம் எடுத்துட்டேன்.. போதுமா?"

"அது எப்டிடா பத்தும்? இன்னும் கொஞ்சம் அதிகமா எடு"

"இப்ப பாருங்க, போதுமா? (மொத்தமே 100 கிராம் கூட இருக்காது.)

"சரி அதே அளவே திரும்ப ஒருக்கா எடு" என்றேன். உடனே கவருக்குள் கையையும் பாதித் தலையையும் நுழைத்துக் கொண்டு, "1..2..3" சொல்ல ஆரம்பித்தாள்.

"என்னடா பண்ற?"

"அதே அளவே எடுக்க சொன்னீங்களேம்மா? கவர்ல எத்தனை வெங்காயம் இருக்குன்னு கவுண்ட் பண்றேன்" என்றாள்.

இதற்கெல்லாம் நாம் சிரிக்கத் தான் வேண்டுமே தவிர நேரமாகிறதென்று தப்பித் தவறிக் கூட டென்ஷனைக் காட்டிவிடக் கூடாது. காட்டினால், அந்த மலர்முகம் வாடுவதையும், கண்கள் குளம் கட்டித் தேங்குவதையும் கண்டு மனம் தாங்காமல் மண்டியிட்டு கொஞ்ச வேண்டியிருக்கும். அப்புறம் இன்னமும் நேரமாகும்.

கீர்த்தினிக்கு வானவில் என்றால் மிகப் பிடிக்கும். வானவில் வரைந்த உடைகள், பொம்மைகள், ஸ்டிக்கர்கள் என எதைக் கொடுத்தாலும் மகிழ்ச்சியில் துள்ளுவாள். முதன் முதலாய் ஒயிட் பெல்ட் கட்டிக் கொண்டு கராத்தே வகுப்பிற்குப் போய்விட்டு அங்கே மஞ்சள், ஆரஞ்சு, நீலம், ஊதா, கருப்பென நிறைய நிறங்களில் மற்றவர்கள் கட்டியிருப்பதைப் பார்த்ததும்,

"எனக்கு ரெய்ன்போ கலர் பெல்ட் குடுக்க சொல்றீங்களா நானா?"

என்று கேட்டாள்!!

உடைகளில் மட்டுமல்ல, உன் வானிலும் என்றென்றும் வானவில் பூக்கட்டும் செல்லம்மா! உன் வாழ்வில் வசந்தங்கள் வீசட்டும். பாடும் குயிலென நீ பறந்து திரிவதை வானகமும் வையகமும் மகிழ்ந்து நோக்கட்டும். ஓடும் நதியென உன் பாதங்கள் புதிய பாதைகள் சமைக்கட்டும். நீ செல்லும் வழியில் திசைகள் விரியட்டும். நீ சொல்லும் சொற்கள் ஆணைகளாகட்டும். என்றும் எப்போதுமென எங்கள் செல்லமகள் மகிழ்ந்திருக்கட்டும். வாழ்த்துங்கள் நண்பர்களே!

ஜனவரி 25, 2019

"அம்மா நான் 5 இயர்ஸ் ஓல்ட் ஆய்ட்டேன்னு சொன்னீங்க? நேத்து நான் 4 இயர்ஸ் ஓல்ட் தானே? என் செப்பல் இன்னிக்கும் எப்டி போட முடியுது? டைட்டாகவே இல்லியே?"

இப்டில்லாம் கேள்வி கேட்டா என்னாங்க பதில் சொல்றது?

பிப்ரவரி 6, 2019

கீர்த்துவிற்கு பாட்டி வடை சுட்ட கதையில் தொடங்கி தலைமுறை தலைமுறையாக சொல்லப்பட்டு வரும் எல்லா குழந்தைக் கதைகளையும் ஒன்னரை வயதுக்குள்ளாகவே சொல்லி முடித்துவிட்டேன். இப்போது அதில் பெரும்பாலானவற்றை அவள் மறந்து விட்டதால் புதிதாய் கதை யோசிக்க நேரமில்லாத போது அரைத்த மாவையே திரும்பவும் அரைக்க வேண்டியிருக்கும்.

விறகுவெட்டியின் கோடாலி ஆற்றில் விழுந்த கதையை நேற்று திரும்பவும் சொல்ல ஆரம்பித்தபோது, "ஹா! இந்த கதைய நான் கேட்டதே இல்ல" என்றாள். நானும் சந்தோஷமாய் கதை முழுவதையும் சொல்லி, "விறகுவெட்டி ரொம்ப ஹானஸ்டா இருந்ததால 3 கோடாலியும் அவருக்கே கிடைச்சிடுச்சு." என்று முடித்தேன்.

அவள் என்னை விட சந்தோஷமாக, "ஹைய்யா.. இனிமே ஒரு கோடாலி தண்ணிக்குள்ள விழுந்துடுச்சுன்னா இன்னொன்னை எடுத்து மரம் வெட்டிக்கலாம்" என்றாள்.

ஏப்ரல் 17, 2019

குழந்தைகள் இருவரும் எந்தக் காரியத்தை சிறப்பாக செய்தாலும் குட்டிக் குட்டியாய் ஆச்சரிய பரிசுகள் வழங்குவதை வழக்கமாக்கியிருக்கிறேன். பரிசென்றால் பெரிதாய் ஒன்றுமில்லை. புது பென்சில், ரப்பர், வித விதமான வடிவில் க்ரேயான்கள், ஸ்டிக்கர்கள், அழகழகாய் குட்டி நோட்டுப்புத்தகங்கள் இப்படி எதாவது ஒன்று கொடுத்தாலே ஏக குஷியாகி விடுவார்கள்.

கீர்த்துவுக்கு அக்காவைப் போல ஸ்கெட்ச் பேனாவை வைத்து வண்ணம் தீட்ட ஆசை. க்ரேயான்கள் போர் அடிக்கிறதாம்! என்னிடம் வந்து "அம்மா எனக்கு ஒரு மிஸ்ஸிங்

நம்பர்ஸ் பேப்பர், பிக்சர் சுடோகு, ஒரு கலரிங் பேஜ் எல்லாம் ப்ரிண்ட் அவுட் எடுத்துக் குடுங்க. நான் மூணையும் செஞ்சு முடிச்சதும் எனக்கு அக்காகிட்ட இருக்கற மாதிரியே ஸ்கெட்ச் பென் செட் சர்ப்ரைஸா வாங்கிக் குடுங்க! சரியா?" என்றாள்.

சும்மா ஸ்கெட்ச் பென் வேண்டுமென அடம்பிடிக்காமல் எதையாவது செய்துவிட்டு வாங்கிக் கொள்கிறேன் என்கிறாளே என்று மனம் கனிந்து வந்தது. என்றாலும் சிரித்துக் கொண்டே,

"ஏண்டா நீ கேக்கறதையே வாங்கிக் குடுத்தா அது எப்டி சர்ப்ரைஸ் ஆகும்?" என்றேன்.

அவள் கொஞ்சமும் அலட்டிக் கொள்ளாமல்,

"நீங்க வாங்கி வைங்க. நான் உங்ககிட்ட கேட்டத மறந்துடறேன்" என்றாள்.

ஏப்ரல் 25, 2019

Swiggy / zomato போல குவைத்தில் *Talabat* என்றொரு *app* இருக்கிறது. அதில் சிக்கன் பிரியாணி ஆடர் செய்தேன். பிரியாணிக்குள்ளிருக்கும் சிக்கனுக்கு *8pcs / 12pcs* என்று ஆப்ஷன் வைத்திருந்தார்கள். 'இதையெல்லாமாடா எண்ணி எண்ணி வைப்பீங்க?' என்று நொந்து கொண்டே *8pcs* செலக்ட் செய்தேன். கீர்த்து பள்ளி விட்டு வந்ததும் பிரியாணியை சரிபாதியாய் பிரித்து தட்டில் வைத்து அவளுக்கு ஊட்டிவிட்டு நானும் சாப்பிட்டேன். சாப்பிட்டு முடித்தபின்,

"அம்மா இன்னும் ஒரேயொரு சிக்கன் தர்றீங்களா?" என்றாள்.

நான் இரண்டு கைகளிலும் 4-4 விரல்களை விரித்துக் காண்பித்து,

"8 பீஸ் சிக்கன் தான் அதுல இருந்துதுடா. இப்ப நானும் நீயும் சேர்ந்து ஆளுக்கு 2 பீஸ் சாப்டுட்டோம். இனிமே அக்காக்கு 2 நானாக்கு 2 தான் இருக்கு. என்ன செய்யறது?"

என்றேன். (சிக்கனை வெச்சே சப்டிராக்ஷன்-டிவிஷன் எல்லாம் சொல்லித் தர்றோமாமாமாம்!

அவள் விதவிதமாய் தலைசாய்த்து யோசித்தாள். பின் கள்ளச்சிரிப்புடன் காதருகே வந்து,

"நாம ரெண்டு பேரும் இன்னும் ஆளுக்கொரு பீஸ் சாப்டுட்டு அதுல மொத்தமே 4 பீஸ் தான் இருந்துச்சுன்னு நானாகிட்டயும் அக்காகிட்டயும் சொல்லிறலாமா?"

என்று கிசுகிசுத்தாள். (கேடி! இந்த வயசுக்கு என்னமா ப்ளான் பண்ணுது!! புள்ளைக்கு கணக்கு சூப்பரா வருதேன்னு சந்தோஷப்படறதா, களவாணித்தனம் பண்றதுமில்லாம நம்மையும் கூட்டுச் சேர்க்குது பாரேன்னு கோபப்படறதான்னு ஒரு நிமிஷம் குழம்பிட்டேன்.

நான் அதிர்ச்சியாய் வாய்பொத்தி, எக்கச்சக்கமாய் ஷாக் ஆனது போல ரியாக்ஷன் குடுத்து,

"அச்சிச்சோ! அது தப்பாச்சே? பொய் சொல்லக் கூடாதில்ல? Amma never lies, உனக்கு தெரியும் தான? கீர்த்துவும் கூட பொய் பேச மாட்டாளே?"

என்று பில்ட் அப் குடுத்து முடித்தேன். அவளுக்கு இப்போது தர்மசங்கடமாகி விட்டது. இன்னமும் சில நொடிகள் யோசித்து விட்டு, முகம் மலர அநாயசமாய் ஒரு சிக்சர் அடித்தாள்.

"அம்மா! நீங்க தான திருக்குறள் சொல்லிக் குடுக்கறப்ப சொன்னீங்க? நல்லதுக்காக உண்மை சொல்றதுக்கு பதிலா பொய் கூட சொல்லலாம்னு? அதுக்கு தான் கேக்கறேன்."

அதான! ‘பொய்மையும் வாய்மையிடத்து புரைதீர்ந்த நன்மை பயக்குமெனின்' ந்னு சொன்ன வள்ளுவர் யாரோட நன்மைக்குன்னும் சொல்லிருக்கனுமா வேணாமா?

பி.கு: மீதமிருந்த பிரியாணிக்குள் ஸ்பூன் கொண்டு அகழ்வாராய்ச்சி செய்ததில், அதில் எக்ஸ்ட்ரா ஒரு பீஸ் சிக்கன் இருப்பது கண்டுபிடிக்கப்பட்டு கீர்த்துவின் பேச்சு சாதுரியத்திற்கு பரிசாக வழங்கப்பட்டது!

மே 25, 2019

“வரிக்கு ரெண்டு உவமை இல்லாம உன்னால பேசவே முடியாதா?” என சித்து என்னை அடிக்கடி கிண்டல் செய்வார். இன்று ரெஸ்டாரண்ட் போயிருந்தோம். கீர்த்து சிக்கன்

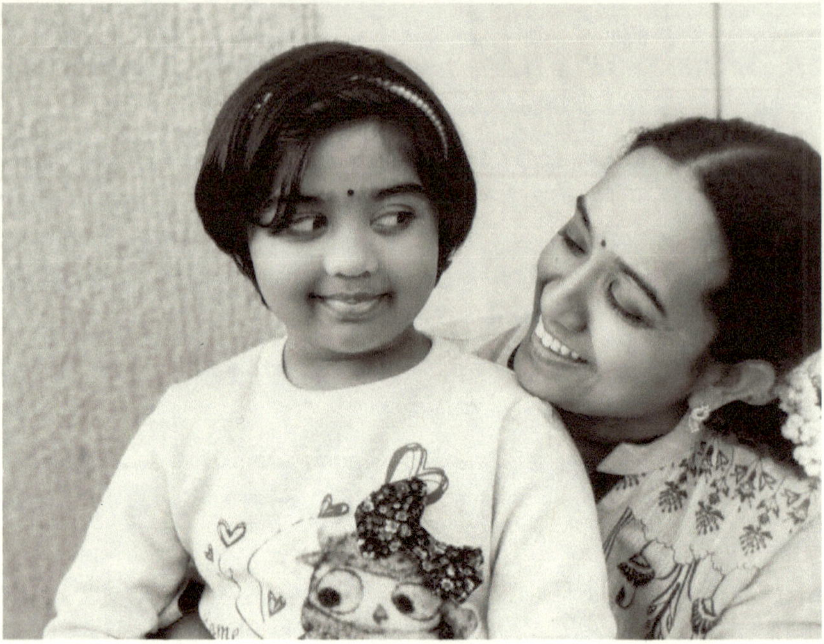

சாப்பிடும்போது அடிக்கடி தண்ணீர் குடித்துக் கொண்டே இருந்தாள். "ஏண்டா சிக்கன் காரமாவா இருக்கு? அப்டியொன்னும் காரமா இல்லியே? எதுக்கு இவ்ளோ தண்ணி குடிக்கற?" என்றேன். உடனே நானும் சித்துவும் திகைத்துச் சிலையாகும்படி அத்தனை அற்புதமாய் ஒரு பதில் சொன்னாள்!

"ரொம்ப காரமா இல்லம்மா. ஆனா கொஞ்ஞ்ஞ்சூண்டு காரமா இருக்கு. எவ்ளோ காரம்னா, 'ஈரோட்ல ஒரு குட்டி ப்ளாக் கலர் எறும்பு காமிச்சு சொன்னீங்கள்ல.. மத்த எறும்பெல்லாம் மிதிச்சா தான் சாகும். இது ஊதினாலே செத்துப் போய்டும். யாரையும் கடிக்காது. இது சாமி எறும்பு' ந்னு, அந்த எறும்பு சைஸ்க்கு தான் காரமா இருக்கு"

யப்பா! தம்மின் தம்மக்கள் அறிவுடைமை எவ்ளோ இனிதுன்னு புரிஞ்சிகிட்ட கணம் அது.

ஜூலை 30, 2019

கீர்த்துக்குட்டிக்கு ரொம்ப நாள் பேசவே வரல. பேச ஆரம்பிச்சு இப்ப வரைக்கும் மழலைல தான் பேசிட்டிருக்கா. அவ பேசறத கேட்டாலே ஆசைல புடிச்சு கடிச்சு வெச்சுடலாமான்னு தோணும். இன்னும் சம்மர் லீவ் முடியாததால வீட்ல டெய்லி அதகளமா இருக்கு. ஆ ஊஊன்னா அக்காக்கும் தங்கச்சிக்கும் முட்டிக்கறதும், சின்சியரா ஹாலிடே ஹோம்வொர்க் (அவுங்களுது தான்) செஞ்சிட்டிருக்கற நான், அடிக்கடி நடுவுல போய் பஞ்சாயத்து பண்றதுமா போய்ட்டிருக்கு.

ஒரு பஞ்சாயத்துல மொதல்ல பிராது குடுக்க வந்த சின்ன மேடம்,

"*"Amma, we were talking about something, what you don't need to know.."*

அப்டின்னு என்கிட்ட வந்து பேச ஆரம்பிக்கிறாங்க!!!!

ஆகஸ்ட் 7, 2019

சித்து ஓவராய் புத்தகம் படித்து தரையில் கால் பாவாமல் கற்பனையில் மிதக்கும் போதெல்லாம், நேசமணி சுத்தியல் போல எதையாவது அவர் தலையிலோ காலிலோ போட்டு நிகழ்காலத்திற்குக் கொண்டு வரும் பெருமை என்னையே சாரும். இருந்தாலும், நேற்று செல்போன் திரையில் கவிஞர் இசையின் கவிதை ஒன்றைப் பார்த்து ரசனையாய் புன்னகைத்துக்

கொண்டே வந்து, "கண்ணம்மா, இத கேளேன்.." என்று வாசிக்க ஆரம்பித்தவரிடம், தடாலடியாய் "பாத்ரூம்ல எக்ஸாஸ்ட் ஃபேன் வேலை பண்ணலன்னு ஒரு வாரமா சொல்லிட்டே இருக்கனே? மாத்திட்டீங்களாப்பா?" என்று இரக்கமே இல்லாமல் கேட்டிருக்கக் கூடாது தான். பாவம், மனிதர் ஒரு கணம் திகைத்து நின்று உடனே கடைக்குக் கிளம்பிப் போய்விட்டார்!

பிறர்க்கின்னா முற்பகல் செய்தால் தமக்கின்னா மீண்டும் பிற்பகலிலோ, தூக்கம் வராமல் மிட் நைட் ஸ்நாக்ஸ் தேடிக் கொண்டிருக்கும் பின்னிரவிலோ கூட தாமே வரும் தானே?! பிள்ளைகள் பிறப்பதே நாம் நம் பெற்றோருக்கும், வாழ்க்கைத்துணைக்கும் செய்தவற்றை எல்லாம் நமக்குத் திருப்பிச் செய்வதற்காகத் தான் என்று உறுதியாய் நம்புபவள் நான். அந்த வகையில் நான் சித்துவிற்கு செய்வன (செய்வினை அல்ல) அனைத்தும் கீர்த்துவின் மூலமாய் நிச்சயம் எனக்குத் திரும்பி வரும்.

ஒரு முறை விளையாட்டாய் நான் ஒரு தெய்வப்பிறவி, எனக்கு அதீத மாய சக்திகள் உண்டு என்று கீர்த்துவை நம்ப வைக்க முயன்றேன். (நான் முற்பிறவியில் எகிப்தில் கிளியோபாட்ராவாய் பிறந்திருந்தேன் என்று அம்முவை நம்ப வைத்திருக்கிறேன்.)

"நான் அம்மம்மா வயித்துலருந்து பொறக்கலடா. அவங்க தூங்கறப்ப வானத்துலருந்து தொபுக்கடீர்னு குதிச்சிட்டேன். அவங்க பக்கத்துல படுத்துகிட்டு குவா குவா ந்னு அழுதேன்"

என்று சுவாரசியமாய் நான் சொல்லிக் கொண்டிருக்கையில், கீர்த்து அப்பாவியாய் முகத்தை வைத்துக் கொண்டு,

"அங்கங்கருந்து குதிச்சு அடிபடலயா உங்களுக்கு?"

என்று ஒரே கேள்வியில் என்னை ஆஃப் செய்து விட்டாள்.

நேற்றும் இரவு 1.30 மணிக்கு, தூங்கும் சித்துவை தொந்தரவு பண்ணாமல் நாங்கள் மூவரும் சமையலறையைக் குடைந்து *mid night snacks* தேடி ஒன்றும் சிக்காமல், அந்நேரத்தில் *caramel pudding* செய்து சாப்பிட்டுக் கொண்டிருந்த போது, எதையெதையோ பேசி *Think Big, Dream Big* என்ற டாபிக்கில்

வந்து நின்றோம். நான் உணர்ச்சிவசப்பட்டு "கான முயலெய்த அம்பினில் யானை பிழைத்த வேல் இனிது" என்ற திருக்குறளை சிலாகித்து விவரித்துச் சொல்ல ஆரம்பித்தேன்.

"நீ வேட்டைக்குப் போய்ட்டு வெறும் கையோட திரும்பி வந்தாலும் பரவால்ல, முயலைப் பிடிக்க அம்பு விட்டேன் அது ஓடிருச்சுன்னு சொல்லாம, யானை மேல வேல் எறிஞ்சேன், அது தப்பிச்சுடுச்சு ந்னு காரணம் சொல்லு"

என்று நாகூர் ரூமி போல நான் தன்னம்பிக்கை உரையாற்றிக் கொண்டிருக்கையில்,

கீர்த்து நிஜமாகவே புரியாமல் கண்களை விரித்துக் கொண்டு, "யானை மேல வேல் எறிஞ்சு அத குத்திடுச்சுன்னா யானைய எப்டி வீட்டுக்கு தூக்கிட்டு வர்றது?" என்று கேட்டாள்.

வள்ளுவம் குறித்த பரவசம் எல்லாம் சடாரென வடிந்து அவளிடம் ஒன்றே ஒன்று மட்டும் தான் என்னால் சொல்ல முடிந்தது.

"ரொம்ப லேட்டாய்டுச்சு. காலைல சொல்றேன். அம்மாக்கு ரொம்ப தூக்கம் வருது"

நவம்பர் 9, 2019

"போனைப் பாத்துட்டே இருக்கியேடா.. உன் டைகர் பொம்மை கண்ணைப் பாரு, நீ அது கூட விளையாடலன்னு எவ்ளோ சோகமா இருக்கு"ந்னு சொல்லிட்டுப் போய், திரும்பி வந்து பாத்தா..

பொம்மையோட சேர்ந்து போன் பாக்குறாங்களாமாம்!

ஜனவரி 24, 2020

அம்மு குழந்தையாய் இருந்தபோது சாம்சங் போனை ஒரு உயிருள்ள ஜீவன் என்றே நம்பியிருந்தாள். கீர்த்துவுக்கோ நம் வீட்டிலிருக்கும் கார் ஒரு வளர்ப்புப் பிராணி என்று எண்ணம். காரை நெருங்கும்போதே, சித்து ரிமோட் சாவியால் அன்லாக் செய்வது தெரியாமல், உரிமையாளரைப் பார்த்ததும் மகிழ்ச்சியில் துள்ளும் நாய்க்குட்டி போல, கார் அவளைப் பார்த்ததும் கண்களைச் சிமிட்டியும், பீம் பீம் என்று ஒலியெழுப்பியும் தன்னை வரவேற்பதாக நினைத்துக் கொண்டிருக்கிறாள்.

எங்களது முந்தைய *Chevrolet Cruze* காருக்கு க்ரூஸி என்றும் இப்போதைய *Ford Escape* க்கு ஃபோர்டி என்றும் பெண்பால் பெயர் வைத்திருக்கிறாள். காரைப் பார்க்கும் போதெல்லாம் “லவ் யூ க்ரூஸீ” என்றும் ‘நைட்டு ரொம்ப குளிருச்சா’? ‘நேத்து உன்னை பாக்கவே இல்ல சாரி" என்றும் அவள் கொஞ்சுவதைப் பார்க்கையில் இன்னும் நூறு முறை இதே பிறப்பெடுத்து இப்படியே இவளைத் திரும்பத் திரும்ப பெற்று வளர்த்தால் என்ன என்று தோன்றும். சாவி கையில் இல்லாத நேரங்கள் கொஞ்சம் தர்மசங்கடம் தான். ‘ஏன் க்ரூஸி என்கிட்ட பேசல?’ என்று விம்மத் தொடங்கிவிடுவாள். "க்ரூஸி தூங்குதுடா" என்று சொன்னால், எழுப்பி விடக் கூடாதே என்ற மகா எச்சரிக்கையுடன் பூனைப்பாதம் கொண்டு மெல்ல நடந்து, சத்தமேயில்லாமல் அதன் நெற்றியில் ஒரு சின்னஞ்சிறு முத்தம் வைப்பாள். பார்த்துக் கொண்டிருக்கும் நானோ, படியாய்க் கிடந்து உன் பவளவாய்க் காண்பேனே என்று நெகிழ்ந்துருகும் ஆழ்வாராகியிருப்பேன்.

ஒருமுறை கடைக்குப் போயிருந்த எங்களை அழைத்துக் கொள்வதற்காக சித்து வந்தார். காரை நிறுத்த இடமில்லாமல் அந்த குறுகிய சாலையின் ஓரத்திலேயே நிறுத்திவிட்டு *panic* லைட்டை போட்டுவிட்டு வந்திருந்தார். கடையிலிருந்து சிரித்துக் கொண்டே படியிறங்கியவள் காரில் விளக்குகள் மின்னிக் கொண்டேயிருப்பதைப் பார்த்து சட்டென முகம் தீவிரமடைந்து என் கையை உதறிவிட்டு, "க்ரூஸிக்கு என்னாச்சு?" என்றபடி பதட்டமாய் காருக்கு அருகில் ஓடி, கன்றுக்குட்டியின் பிடரியை வருடுபவள் போல, "நா

வந்துட்டேன்.. நா வந்துட்டேன். ஆர் யூ ஓகே?" என்று அத்தனை பரிவாய் அதைத் தடவிக் கொடுத்தாள். பார்க்கையில், அதுவும் கூட அவள் தொடுகையில் குழைந்து கண் சொக்கி நிற்பதாய் ஒரு பிரமை எழுந்தது. ஒரு வாகனத்தை தாயைப் பிரிந்து தனியே அழுது கொண்டு நிற்கும் குழந்தை போல, பாவிப்பதையெல்லாம் பெருங்கருணை என்னாமல் வேறென்ன சொல்ல?

இந்தப் பேரன்புக்காரிக்கு இன்று ஆறாவது பிறந்தநாள். இனி வருடம் கூடக் கூட நிலவை மறைத்த மேகம் போல இந்த அறியாமை மெல்ல விலகும். பேச்சில் மழலை குறையும். அம்முவைப் போலவே இவளும் சுடர்மிகு அறிவுடன் பேசத் தொடங்குவாள். நான் கடலில் அலை சற்றுக் குறையும் வரை இவ்விருவரையும் ரசித்திருப்பேன். அருட்பெருஞ்சோதி அருள்வதாக!

ஜனவரி 25, 2020

கீர்த்துவுக்கு ஜனவரி பிப்ரவரி என்பதெல்லாம் என்ன என்பது இப்போது புரிய ஆரம்பித்திருக்கிறது. வீட்டிலிருக்கும் அனைவரின் பிறந்த தேதிகளையும் கேட்டவளுக்கு திடீரென ஒரு பெரிய குழப்பம்!

“ஜனவரி தான ஃபர்ஸ்ட் மன்த்? நான் ஜனவரில பொறந்திருக்கேன். நானா பிப்ரவரில தான் பொறந்திருக்காங்க. நீங்க ஜூலைல பொறந்திருக்கீங்க. எனக்கப்புறம் பொறந்த நீங்கல்லாம் எப்டி பெரிசா ஆய்ட்டீங்க? நான் மட்டும் ஏன் குட்டியாவே இருக்கேன்?”

இக்கேள்விக்கு ஒரு அம்மா சொல்லியிருக்கும் பதில் என்னவாக இருக்குமென்று நினைக்கிறீர்கள்? ஆம்! அதே தான்..

“இதுக்கு தான் காய்கறி நிறைய சாப்பிடனும்னு சொல்றது. வெஜிடபிள்ஸ் சாப்பிட்டா தான் சீக்கிரமா ஹைட்டா வளர முடியும். நீயும் இனிமே எல்லா காய்கறியும் வேணாம்னு சொல்லாம மிச்சம் வைக்காம சாப்டீன்னா அம்மா நானா மாதிரியே பெரிசா ஆய்டலாம்.”

நீதி: “ஆரியக்கூத்தாடினாலும் காரியத்துல கண் வைய்யடா தாண்டவக் கோனே!”

ஜனவரி 31, 2020

"கீர்த்து பொரியல் ஏன் மிச்சம் வெச்சிருக்க?"

"நீங்க சாப்டீங்களான்னு தெரிலம்மா.

உங்களுக்கு வேணுமேன்னு தான் வெச்சேன்."

"அடடடா! ரொம்பத்தான் கரிசனம்!

மத்யானம் அக்காவும் நீயும் மட்டும் கப் கேக் சாப்டீங்களே? அப்ப தோணலயா இப்டிலாம்?”

கேட்டதும் ஷாக் ஆகி ஒரு செகண்ட் தான் யோசிச்சா..

"அய்யய்யோ! அம்மா! அது ஐங்க் புட் மா. அது நீங்க சாப்பிட வேணாம்னு தான் குடுக்கல"

இந்த பதில் கூடவே பளபளன்னு கண்ணு மின்னிகிட்டு ஒரு குறும்புச் சிரிப்பு வேற!

பிப்ரவரி 19, 2020

அம்முவிற்கு தேர்வு ஆரம்பித்துவிட்டது. கிச்சனில் இருந்தபடியே, புத்தகத்தை எடுத்துக்கொண்டு உள்ளே வரச் சொல்லி கூப்பிட்டுக் கொண்டேயிருந்தேன். கண்டுகொள்ளாமல் மும்முரமாய் விளையாடிக் கொண்டிருந்தவள், என்னவோ காதில் ஓதி கீர்த்துவை மட்டும் உள்ளே அனுப்பினாள். அவளும் உள்ளே வந்து சிரித்துக் கொண்டே,

“எதுக்கும்மா கூப்டீங்க? நான் தான் அமுதினி” என்றாள்.

நான் சிரிக்காமல், “வந்துட்டியா அமுதினி.. எவ்ளோ நேரமா படிக்க கூப்பிடறேன். மதிக்கவே மாட்ற. பயங்கர கோபத்துல இருக்கேன். உனக்கு சூடு வைக்க தான் கூப்டேன்.. இரு வரேன்” என்றபடி கொதித்துக் கொண்டிருந்த குழம்பிலிருந்த கரண்டியை ஆவி பறக்க வெளியில் எடுத்தேன்.

உடனே, “அய்யய்யோ” என்று அலறியவள் சிட்டாய்ப் பறந்தோடி படுக்கை அறைக்குள் புகுந்து கொண்டாள். நான் அவள் பின்னாலேயே வருவதைப் பார்த்து பதறி,

“அம்மா நான் கீர்த்தினி. அம்மு இல்ல. என்னைத் தெரியலயா உங்களுக்கு?” என்றாள். நான் அவள் கையைப் பிடித்துக் கொண்டு,

“எனக்கு எப்டி தெரியும்? நீ தான உன் பேர் அமுதினின்னு சொன்ன? இப்ப சூடு வைப்பேன்னு பயந்து பொய் சொல்ற. நான் எப்டி நீ கீர்த்து ந்னு நம்பறது?” என்றேன்.

இந்த கேள்வியில் திகைத்தவள், நிஜமாகவே சீரியசாக நெற்றி சுருக்கி யோசித்து,

“அம்மா என் டிரஸ்ஸைக் கழட்டி அக்காவுக்கு போட்டுப் பாருங்க. இது பத்தவே பத்தாது. ஏன்னா இது குட்டி. இங்க

நான் தான குட்டிப் பொண்ணு?"

என்று விளக்கம் சொல்லிவிட்டு நம்பிக்கையாய் முகம் பார்த்தாள். நான் சிரிப்பை அடக்கப் படாதபாடு பட வேண்டியிருந்தது.

நானும் விளையாட்டில் சேர்ந்து கொண்டதில் அம்முவுக்கு எக்கச்சக்கமாய் குஷியாகி விட்டது. நான் மீண்டும் அடுப்படிக்குத் திரும்பிய சமயத்தில், கீர்த்துவின் உடையை இவள் போட்டுக்கொண்டு, தன்னுடையதை அவளுக்கு அணிவித்து கண்ணாடியையும் மாட்டி விட்டு இழுத்துக் கொண்டு வந்து

"அவ பொய் சொல்றா. நான் தான் கீர்த்தினி" என்றும் "அக்கா என்னை அடிச்சிட்டா ஆ ஆ ஆ" என்றும் சொல்ல ஆரம்பித்தாள்.

நான் அடுப்பை அணைத்துவிட்டு, "அமுதினீ அடிச்சியா பாப்பாவை? வந்து உன்னை என்ன பண்றேன் பாரு" என்று அதட்டவும் கீர்த்து உண்மையாகவே பதறி, அம்முவிடம் திரும்பி,

"அக்கா, விளையாடினது போதும் அக்கா. அம்மாகிட்ட உண்மைய சொல்லிரு. இல்லன்னா அம்மா நீன்னு நினைச்சு எனக்கு சூடு வெச்சிரப் போறாங்க. ப்ளீஸ் அக்கா.. உன்னைக் கெஞ்சிக் கேக்கறேன்" என்று கெஞ்ச ஆரம்பித்தாள்.

அம்மு அடக்க முடியாமல் விழுந்து விழுந்து சிரிக்க, நான் சிரிப்பை அடக்கிக் கொண்டு அந்த குழம்புக் கரண்டியை

கையில் எடுத்தது தான், உடனே ஓஓஓவென்று அழுகை! கரண்டியைப் போட்டுவிட்டு சிரித்துக் கொண்டே ஓடிப் போய் தூக்கிக் கொண்டேன். கன்னங்களில் வழிந்த கண்ணீரைத் துடைத்து, கொஞ்சி சமாதானப்படுத்திவிட்டு,

“ஏண்டா டிரஸ்ஸும் கண்ணாடியும் இருந்தா நீ தான் அம்முன்னு நினைச்சிடுவனா? உங்க ரெண்டு பேருக்கும் வேற வித்தியாசமே கிடையாதா?”

என்றேன். உடனே அக்காவையும் தன்னையும் மாறி மாறிப் பார்த்து,

“வேற எப்டி கண்டுபிடிப்பீங்க?” என்று சந்தேகமாய் கேட்டவள், திடீரென முகம் தெளிந்து “ஆங்! அக்கா பொட்டு வெச்சிருப்பா. நான் பொட்டு வைக்க மாட்டேன்” என்றாள்.

நான் வாய்விட்டு சிரித்து, “அச்சோ! இத்தனை க்யூட்டா இருந்தா உன்னை என்னாடி பண்றது” என்று சந்தோஷமா அலுத்துக் கொண்டு, “நான் இத வெச்சு கண்டுபிடிக்க மாட்டேன். வேற ஒரு டிரிக் இருக்கு” என்றேன்.

“என்ன அது?” என்று ஆர்வமானவளிடம் கிசுகிசுப்பாய், “உனக்கு ஓட்டப்பல்லு இருக்கு. அக்காக்கு ஓட்டப்பல்லு இல்ல” என்றேன்.

முகமெல்லாம் பிரகசிக்க, “அட ஆமால்ல!” என்று முகுந்த் நாகராஜனின் “முன்பல் விழுந்த ரயில்பெட்டி” கவிதையை நினைவூட்டியபடி ஓட்டைப்பல் வழியே வெளிச்சமாய் சிரித்தாள்.

மார்ச் 22, 2020

கொரோனா லாக்டவுன் காலம். ஒரு மாதமாய் பிள்ளைகளை வீட்டிற்குள்ளேயே வைத்துக் கொண்டு, அவர்கள் gadget களிலேயே முழுதாய் மூழ்கி விடாமல் தடுப்பது பெரும்பாடாய் இருக்கிறது. கலர் பென்சில்கள், பெயிண்டுகள், டிராயிங் நோட்டுகள், எழுதுவதற்கான நோட்டுகள், மாடலிங் க்ளே, க்ராஃப்ட் செய்ய *Straws, cup cake covers, googly eyes, cut & paste papers, puzzles* என்று வாங்கிக் குவித்த பின்னும், கொடுத்த வேலையெல்லாம் நொடிப்பொழுதில் முடித்துவிட்டு வந்து, மீண்டும் வேலை கேட்டு நிற்கும் பாட்டில் பூதம் போல திரும்பத் திரும்ப 'போரடிக்குது' என்று வந்து நிற்கிறார்கள்.

அம்முவுக்கு இன்று கோலம் போட சொல்லிக் கொடுத்தேன். முதல் படத்திலிருக்கும் 9 புள்ளிக் கோலத்தை மூன்று தடவைகளில் கற்றுக் கொண்டுவிட்டு அடுத்த வேலைக்குத் தாவி விட்டாள். ஸ்டிராவையெல்லாம் வெட்டி நூலில் கோர்த்து பிரேஸ்லெட்டாக கையில் கட்டிக் கொண்டு திரிந்தாள்.

கீர்த்துவுக்கு அக்கா செய்வதையெல்லாம் தானும் செய்தாக வேண்டும். அவளுக்கான நோட்டிலும் அதே கோலத்தை வரையச் சொன்னாள். அதையே தானும் பிரதியெடுக்க முயன்றாள். நான்,

"இது உனக்கு கஷ்டமா இருக்கும் டா. அக்காவை விட நீ சின்னப் பொண்ணு தான. நாம சிம்பிளா 4 புள்ளில தொடங்கலாம்"

என்று அருகிலிருக்கும் சிறிய கோலத்தை வரைய கற்றுக் கொடுத்தேன். அதையும் வரைய முடியாமல் அவள் தடுமாறுவதைப் பார்த்து,

"சரி விடு. இன்னும் கொஞ்சம் பெரிய பொண்ணாய்ட்டு கத்துக்கலாம். இப்ப வேற போய் எதாச்சும் பண்ணு" என்றேன்.

உடனே அம்மணிக்கு ரோஷம் வந்துவிட்டது. முகத்தை வெடுக்கென்று திருப்பிக் கொண்டு, நோட்டைத் தூக்கிக் கொண்டு ஹாலுக்குப் போனவள் ஒரு மணி நேரமாகியும்

திரும்பி வரவில்லை. இடையிடையே நான் அழைத்தபோதும் பதிலில்லை. (மேடம் கோபமா இருக்காங்களாம்!) 11 தடவைகள் முயற்சி செய்து 12வது தடவை சரியாக வரைந்து முடித்து, "*Amma, See! I did it*" என்று வந்து காண்பித்தாள்.

ஆச்சரியமாய் நோட்டை வாங்கிப் பார்க்கையில், அவள் சொன்ன அடுத்த வரியில் தான் ரொம்பவும் அசந்து போனேன்..

"ரொம்ப நேரமா பசிக்குது. இத முடிச்சிட்டு தான் சாப்பிடனும்னு இருந்தேன். *I am not just hungry. I am super duper starving*" என்றாள்!

மே 27, 2020

கீர்த்துவுக்கு இப்போது 6 வயது. கொய்யாப்பழம் சாப்பிடுகையில் விதைகளைக் கடித்தால் பல்லில் சிக்கிக் கொள்கிறதென்று அப்படியே விழுங்கிக் கொண்டிருந்தாள். "அம்மா, இந்த *seeds* எல்லாம் முழுங்கிட்டேன். ஓகே தானே? வயிறு வலிக்குமா?" என்று வந்து கேட்டாள்.

நான் பதறுவது போல் நடித்து, "அய்யய்யோ, கடிச்சிட்டு தான் முழுங்கனும் கீர்த்து. இல்லன்னா வயித்துக்குள்ள மரம் முளைச்சிடும்" என்று பாரம்பரிய *90s kids* நம்பிக்கையை சொல்லி பயமுறுத்தப் பார்த்தேன். அவளோ அலட்சியமாய் ஒரு பார்வை பார்த்து, "*Liar*" என்று சொல்லிவிட்டு அலட்டிக் கொள்ளாமல் சாப்பிடுவதைத் தொடர்ந்தாள்.

நான் விடாமல், "காலைல தலைக்குமேல குட்டி குட்டியா *leaves* வந்தா பிச்சு போட்டுடாத கீர்த்து. வீட்லயே ஒரு மரம் இருந்தா நாம கடைக்கு போய் கொய்யாப்பழம் வாங்கத் தேவையில்லல்ல! ஹைய்யா! ஜாலி!" என்றேன்.

லேசாய் அவள் முகத்தில் கலவரம் தெரிந்தது. இருந்தும் நம்பிக்கையாய், "வயித்துக்குள்ள மண்ணு இல்லியே" என்றாள். நான் கண்ணாடிக்குடுவையில் இருந்த *Bamboo* வை சுட்டிக்காட்டி, "எல்லாச் செடிக்கும் மண்ணு தேவையில்ல" என்றேன். திடுக்கிட்டு யோசித்து, "ஆங்! சன்லைட் இல்லியே?"

என்றாள். ஜன்னல் கூட இல்லாத கிச்சனுக்குள் தொட்டியில் வளர்ந்திருக்கும் *MoneyPlant* ஐ காண்பித்து, “இங்க எங்க சன்லைட் வருது?” என்றேன். இப்போது கலவரத்தின் அளவு கூடியிருந்தது. அவள் “தண்ணீ?” என்று தொடங்கியதும் நான் “ இப்ப தான குடிச்ச?” என்று சிரித்தேன்.

கூடவே “ஹை! தலை மேல குட்டியா பச்சைக் கலர்ல தெரியுது. இரு இரு தொட்டுடாத, உடைஞ்சிடப் போகுது” என்றேன். குழப்பத்துடன், ஓடிப் போய் கண்ணாடி முன் நின்று மெதுவாக தலையைத் தொட்டுப் பார்த்தவள், “இந்த அம்மாவை நம்பறதா வேணாமா” என்பது போல ஒரு கணம் யோசித்துவிட்டு, மொபைலை எடுத்து கூகுள் வாய்ஸ் சர்ச் திறந்து, “*Hey Google, Can seeds grow in our stomach?*” என்று கேட்டு, கூகுள் “அப்டிலாம் ஆவாது. பயப்படாத” என்று சொன்னதைப் படித்து முகம் தெளிந்து, என் பக்கம் திரும்பி மீண்டும் “*Liar*” என்று அலட்சியமாய் சொல்லிவிட்டு ஸ்டைலாக நடந்து போனாள். சரி தான்! “என் பிள்ளை என்னை விட்டால் வேறெங்கு பெறுவாள் பொய்கள்?”

உரையாடல் முழுக்க ஓட்டப்பந்தயம் போல குழந்தைமையும் அறிவும் ‘நான் முந்தி, நீ முந்தி’ என்று மாறி மாறி அவள் முகத்தில் ஓடி வந்ததை நீங்கள் பார்த்திருக்க வேண்டும்! அத்தனை அழகு!

க்ளைமாக்ஸில் என் மூக்கு உடைந்து டமாலென்று கீழே விழுந்து விட்டது தான் என்றாலும், “எம் பொண்ணு!” என்ற கர்வம் இன்னும் கொஞ்சம் வளர்ந்து விட்டது.

செப்டம்பர் 27, 2020

சென்ற வாரத்தில் ஒருநாள் கீர்த்து குளித்துவிட்டு வெளியே வரும்போது, நான் குளியலறைக்குள் நுழைந்தேன். *Mug* ல் பாதி அளவு தண்ணீர் பிடித்து பாத்டப்பின் ஒரு மூலையில் வைத்திருந்தாள். என் பின்னாலேயே ஓடிவந்து,

“அம்மா அந்த தண்ணிய கொட்டிறாதீங்க.

அக்காவை prank பண்றதுக்காக அதுல ஜில்லுத் தண்ணி புடிச்சி வெச்சிருக்கேன். அக்காட்ட அது பயங்கர ஹாட்வாட்டர்னு சொல்லிருக்கேன்"

என்றாள் கண்களை உருட்டியபடி. நானும் புன்னகையுடன் சரியென்றேன்.

இன்னும் சில நாட்கள் கழித்து, அம்மு குளிப்பதற்காகச் சென்றபோது எதையோ எடுப்பதற்காக நானும் பின்னால் நுழைந்தேன். அதே இடத்தில் அதே Mug ல் அதே போல தண்ணீர் இருந்தது!

"அம்மு, எதுக்கு இங்க தண்ணி புடிச்சு வெச்சிருக்கு? யார் வெச்சது?" என்றேன்.

அவள் சிரித்து, "கீர்த்து தான்மா. அவ இப்டி தான் டெய்லி என்னை prank பண்றேன்னு cold water புடிச்சு வெச்சிட்டு என்கிட்ட hot water வெச்சிருக்கேன்க்கா, அதை எடுக்காத ந்னு சொல்வா. நான் அது சுடும்னு பயந்துட்டே தொட்டுப் பார்த்துட்டு ஏமாந்து போன மாதிரி நடிப்பேன்" என்றாள்.

நாள்கணக்கில் சலிப்பேயில்லாமல் ஏமாற்றுவதற்கான குறுகுறுப்புடனும் ஏமாந்தபிறகான சிரிப்புடனும் அதே விளையாட்டை விளையாண்டு கொண்டிருக்கிறார்கள்!!

இந்த உலகத்தில் பெரியவர்களாய் இருப்பதைப் போல அலுப்பூட்டும் வேலை வேறில்லை என்று தோன்றுகிறது.

செப் 28. 2020

இப்போதெல்லாம் குழந்தைகளுக்கு இரவில் புராணக் கதைகளையும், நாயன்மார் ஆழ்வார் கதைகளையும் சொல்லிக்

கொண்டிருக்கிறேன். சொல்லும்போதே அம்மு வரிக்கு வரி ஏதாவது கமெண்ட் அடித்துக் கொண்டும் கவுண்ட்டர் கொடுத்துக் கொண்டும் இருப்பாள். கீர்த்து அழகழகாய் ஏதாவது சந்தேகம் கேட்பாள். எல்லாவற்றையும் எழுதி வைக்க வேண்டும் என்று நினைத்து நினைத்தே நேரமில்லாமல் பலவற்றை மறந்து விட்டேன்.

சொன்னதெல்லாம் நினைவில் வைத்திருக்கிறார்களா என்று சோதிக்க பகலில் அடிக்கடி ஏதாவது கேள்வி கேட்பேன்.

"அம்மு கர்ணன் யாரு?" என்றால்,

"Wait.. Wait.. Let me think. Please don't tell. Yeah.. That Generous dude.. right?" என்பாள்.

கீர்த்து ஓடி வந்து "I know, the sun's son" என்பாள்.

விசித்திரவீரியனைப் பற்றி சொல்ல ஆரம்பிக்கும்போதெல்லாம் அம்மு, "oh! weak skinny dude" என்று சொல்லி பரிதாபமாய் உச்சுக் கொட்டுவாள்.

ஒருமுறை அவளாகவே வந்து, "Poor Vishnu, அவருக்கு இன்ஸ்டாகிராம்ல 12 ஃபாலோயர்ஸ் தான். சிவன் dude க்கு தான் 63 ஃபாலோயர்ஸ்" என்றாள்.

நான் திகைத்து "இன்ஸ்டாகிராமா?!" என்றால்,

"அவங்களுக்கும் அப்படி எதாச்சும் சோஷியல் மீடியா இருக்குமில்லமா? அப்றம் எப்டி ஃபாலோயர்ஸ் வருவாங்க?" என்பாள்.

கீர்த்துவுக்கு கதை எப்போதும் லாஜிக் ஓட்டைகள் எதுவுமில்லாமல் கனகச்சிதமாக இருக்க வேண்டும். கதையில் வரும் கதாபாத்திரங்களின் பெயர்கள் எல்லாவற்றையும் துல்லியமாய் சொல்ல வேண்டும். சமீபமாய் இருவருக்கும் வெண்முரசை அடியொற்றி மகாபாரதம் சொல்லிக் கொண்டிருக்கிறேன்.

சந்தனு கதையைச் சொல்லும்போது அவர் தந்தை பெயர் பிரதீபர் என்று சொன்னேன். இடையில் பிரதீபரின் தந்தை பற்றி ஒரே ஒரு வரி சொன்னதும் "அவர் பெயர் என்ன?" என்றாள். நான் விழித்து, "படிச்சேண்டா. இப்ப மறந்துட்டேன்" என்று

மழுப்பினேன். மறுநாள் மீண்டும் வெண்முரசை வாசித்து பெயரைச் சொன்ன பிறகு தான் அவளுக்குத் திருப்தியாயிற்று.

அன்றிரவு,

"விசித்திரவீரியனுக்கு கல்யாணம் பண்ணினா தான் ராஜாவாக்க முடியும். அவன் இளவரசன்றதால யாராச்சும் இளவரசியை தான் கல்யாணம் பண்ணனும். அவன் உடம்பு சரியில்லாத பையன்றதால எந்த ராஜாவும் அவனுக்கு பொண்ணு குடுக்கல. அதான் அம்பை, அம்பிகை, அம்பாலிகைய தூக்கிட்டு வரச் சொல்லி பீஷ்மரை அனுப்பினாங்க சத்தியவதி"

என்று நான் சொல்லிக் கொண்டிருக்கையில்,

"அம்மா, சத்தியவதி ஒரு Princess இல்ல தான? சந்தனு ராஜா ஒரு fisher man பொண்ணைத் தான கல்யாணம் பண்ணாங்க? விசித்திரவீரியனுக்கும் அப்டியே பண்ணலாமில்ல? எதுக்கு பொண்ணுங்களை kidnap பண்ணிட்டு வரனும்?"

என்று கேட்டாள்! அவளது ஆறு வயது குட்டிமூளைக்குள் இருந்து இப்படியான சந்தேகங்கள் முளைப்பதைப் பார்த்தால் திகைப்பாயிருக்கிறது!

இன்னமும் இந்தக் கேள்விக்கு அவளுக்கு நான் பதில் சொல்லவில்லை.

நேற்று பரசுராமரின் கதையைச் சொல்லிக் கொண்டிருந்தேன்.

"ரேணுகா தேவி தினமும் வெறும் கையோட நதிக்கரைக்குப் போய் மணலை அள்ளி வெச்சு அவங்க தாலிச் செயினை கைல பிடிச்சிட்டு "நான் என் ஹஸ்பண்டை தவிர வேற ஜெண்ட்ஸ் யாரையும் பாக்கவே மாட்டேன்றது நிஜம்னா இது பானையா மாறட்டும்" ந்னு சொல்வாங்களாம். அது பானையா ஆகிடுமாம். அந்த பானைல தான் பூஜைக்கு தண்ணி எடுத்துட்டு வருவாங்க" என்றதும் அப்பாவித்தனமாய்,

"அப்ப அவங்க வீடு ஃபுல்லா பானையா அடுக்கி வெச்சிருப்பாங்களா? அவ்ளோ பானைய வெச்சிகிட்டு என்ன செய்வாங்க?"

என்றாள். நேற்று கதை கேட்டு முடித்துத் தூங்கியவள், இன்று நாளெல்லாம் நான் எங்கே என்ன செய்து கொண்டிருந்தாலும் அங்கே வந்து சந்தேகம் கேட்டுக் கொண்டேயிருந்தாள்.

"அம்மா.. ஏன் ஹஸ்பண்டைத் தவிர அவங்க வேற யாரையும் பாக்க மாட்டாங்க?"

"எனக்கெப்டிடா தெரியும்? அவங்க ஹஸ்பண்ட் அப்டி சொல்லிருக்காங்களோ என்னவோ?"

"ஓ! *She made a promise to her husband? Ok*"

என்று தலையாட்டி விட்டு போனவள் ஒருமணி நேரம் கழித்து மீண்டும் வந்தாள்.

"அம்மா.. அவங்க ஹஸ்பண்ட் எதுக்கு அப்டி பிராமிஸ் வாங்கிருக்காங்க? வேற ஜெண்ட்ஸை பார்த்தா என்ன தப்பு?"

"தெரிலயே.. நீ சொல்லு. ஏனா இருக்கும்?"

"பொசசிவ்னெஸ்? பொசசிவ்னெஸ் தப்பு தான அம்மா?"

(நான் முதலில் திகைத்து பின் சிரிக்கிறேன்.)

"பொசசிவ்னெஸ் ஏன் தப்பு?"

(நெற்றி சுருக்கி யோசிக்கிறாள். பின் தெளிந்து)

"*Got it.* பொசசிவ்வா இருக்கறது தப்பில்ல அம்மா. அவங்களை நாம கண்ட்ரோல் பண்றது தான் தப்பு.. கரெக்டா?"

என்கிறாள். நான் எக்கச்சக்கமாய் அதிர்ந்து,

"என்னடி இப்டில்லாம் பேசற!!!" என்று கேட்டால்,

"நீங்க தான சொன்னீங்க.. நீங்க என்னை கொஞ்சிட்டே இருக்கனும்னு நான் நினைக்கலாம். ஆனா அக்காவை கொஞ்சாதீங்கன்னு சொல்லக் கூடாது, கொஞ்சறப்ப கோச்சிக்கக் கூடாதுன்னு"

என்கிறாள்.

எங்கிருந்தோ நூலெடுத்து எத்தனை தொலைவு கொண்டு போய் முடிச்சிட்டு இருக்கிறாள் என்று மலைப்பாயிருக்கிறது!

வாழ்தலினிது! வேறென்ன சொல்ல!

செப்டம்பர் 30, 2020

முந்தைய பதிவில் சொன்னது போல கீர்த்து கொஞ்சம் பொசசிவ்வான குழந்தை. அவளுக்கு சகலமும் நான் தான். அதே போல எனக்கு சகலமும் அவளாய் தான் இருக்க வேண்டும் என்றும் எதிர்பார்ப்பாள். சென்ற வருடங்களிலெல்லாம் அக்காவைக் கொஞ்சினாலோ பாராட்டினாலோ முகத்தைத் தூக்கி வைத்துக் கொள்வாள். இப்போது இது சற்று குறைந்திருக்கிறது.

ஒரு நாளுக்குள் பத்து முறையாவது விளையாட்டுக்கு நடுவில், வாசிப்பிற்கு நடுவில் நினைத்துக் கொண்டாற்போல நானிருக்கும் இடத்திற்கு வந்து நின்று கைகளை விரித்துக் கொண்டு, “*Konjify time?*” என்று கேட்பாள். அடுப்பில் ஏதாவது கொதித்துக் கொண்டிருந்தாலும் அப்படியே அணைத்துவிட்டு அவளையும் கட்டியணைத்துக் கொள்ள வேண்டும். “என் செல்லம், என் பட்டு, என் குட்டி ராஜாத்தி, செல்லக் கொழுக்கட்டை” என்றெல்லாம் கொஞ்ச வேண்டும். எத்தனை நிமிடங்கள் என்று தோராயமாய் சொல்ல முடியாது. அவளுக்குத் திருப்தி வந்ததும் ஓடி விடுவாள்.

எனக்கு இதில் ஒரு குறையும் இல்லை. குழந்தையைக் கொஞ்ச பெற்றவளுக்கு கசக்குமா என்ன? ஆனால் அவள் முழுக்கவும் என் மேலேயே சாய்ந்து நின்று கொண்டிருக்கிறாள் என்று அடிக்கடி தோன்றும்.

இது போன்ற பிரச்சினைகளை சரிசெய்ய கதைகளை விட்டால் எனக்கு வேறு போக்கிடம் கிடையாது என்பதால் தேடித் தேடி கதை சொல்வேன். நிறைய குழந்தைப்படங்களை பார்க்கச் செய்வேன். அதிலும் *Finding Nemo, Brave, Mulan* ஆகிய படங்கள் எனக்கு மிகப்பிடித்தமானவை. இப்படி

எத்தனை தன்னம்பிக்கைப் படங்களைப் பார்த்தபின்னும் அம்மு மட்டும் தன்னிச்சையாய் Princess கருத்தாக்கத்தில் நிலைகொண்டு விட்டாள். முதலில் அதை வலுக்கட்டாயமாய் மாற்றுவதா மெல்ல விட்டுப்பிடிப்பதா என்று குழப்பமாய் இருந்தது. வழக்கமாய் என் குழப்பத்திற்கெல்லாம் வழிசொல்லும் தாடிக்காரரும், தமிழ்நாட்டு ஆட்டோ ஓட்டுநர் போல, “இளைதாக முள்மரம் கொல்க” என்று ரைட்டில் கைகாட்டி “கடிதோச்சி மெல்ல எறிக” என லெப்ட்டில் இண்டிகேட்டர் போட்டு “கொக்கொக்க கூம்பும் பருவத்து” என்று ஆட்டோவை நேராக ஓட்டிப் போவதால் இன்னமும் குழம்பிப் போய் ஒன்றும் செய்வதற்கில்லாமல் வேடிக்கை பார்த்துக் கொண்டிருக்கிறேன்.

நாம் கீர்த்தினி பிரச்சினைக்கு வருவோம். அவள் independent ஆக வளர வேண்டுமென்பதற்காக இணையத்தில் படித்த யானைக்குட்டி கதையொன்றை ஒருநாள் இரவு சொல்ல ஆரம்பித்தேன்.

காட்டுக்குள் அம்மாவுக்குத் தெரியாமல் வெளியே சுற்றிய யானைக்குட்டி ஒன்று மனிதர்களால் பிடிக்கப்பட்டு மிருகக்காட்சி சாலைக்கு கொண்டு செல்லப்பட்டது. அங்கே அது சாப்பிடாமல், தூங்காமல் அம்மாவை நினைத்து அழுது கொண்டே இருந்தது. அங்கிருந்த மற்ற விலங்குகள் எல்லாம் பாசமாய் வந்து ஆறுதல் சொல்லியும் அது அழுகையை நிறுத்தவில்லை. இந்த இடத்தில், “இன்னேரம் விசும்பல் கேக்கனுமே, எதும் reactionஏ காணோமே?” என்று யோசித்து சற்று நிறுத்திப் பின் தொடர்ந்தேன்.

Zoo வுக்கு வரும் குழந்தைகள் தன்னைப் பார்த்து சந்தோஷப்படுவதைக் கூட அது கவனிக்கவில்லை. ஒருநாள் அந்த யானைக்குட்டி கதவு பூட்டாமலிருப்பதைப் பார்த்ததும் விடு ஜூட் என்று தப்பித்து ஓடியது. காட்டுக்குச் செல்ல வழி தெரியாமல், நகரத்துத் தெருக்களில் அலைந்தது. மனிதர்களைக் கண்டாலே பயந்து ஒளிந்து கொண்ட அந்த யானைக்குட்டி, வழியில் ஒரு வீட்டில் தீப்பிடித்து எரிவதையும், உள்ளே மனிதர்கள் அலறுவதையும் கேட்டு மனம் தாங்காமல் நீச்சல் குளத்திலிருந்து தும்பிக்கையில் நீரெடுத்து அடித்து அவர்களைக்

காப்பாற்றியது. அந்த நேரம் அங்கே தீயணைப்பு வண்டியும், மிருகக்காட்சி சாலை வண்டியும் வந்தன. யானைக்குட்டியை திரும்பக் கூட்டிப் போனவர்கள் அதற்கு மாலையெல்லாம் போட்டு பெரிய்ய்ய்ய மெடல் போட்டு பாராட்டி அதற்குப் பிடித்த வாழைப்பழம், கரும்பு, வெல்லமெல்லாம் கொடுத்தார்கள். குட்டியானைக்கு மகா சந்தோஷம். அன்றிலிருந்து அது அங்கேயே வாழ பழகிக் கொண்டது. சுபம்.

இப்போதும் கீர்த்துவின் போர்வைக்குள் ஒரே நிசப்தம்.

"என்னடா ஒன்னுமே சொல்ல மாட்ற? கதை நல்லாருந்துச்சா?"

"ம்மா.. இன்னும் கதை முடிலயே?"

"ஙே! ஏன் முடியல?"

"நான் சொல்றேன். நெக்ஸ்ட் டே *Zoo* க்குள்ள ஒரு பெரிய்ய்ய வண்டி வந்துச்சு. காட்லருந்து புடிச்சிட்டு வந்த புது அனிமல்ஸையெல்லாம் கீழ இறக்கினாங்க. அதுல ஒரு பெரிய யானையும் இருந்துச்சு. யார்றான்னு பார்த்தா.. அது அந்த யானைக்குட்டியோட அம்மா! குட்டியானை "ஹைய்யா அம்மா வந்துட்டாங்க"ந்னு ஹேப்பியா ஓடிப் போய் கட்டிப் புடிச்சிகிச்சு. அப்றம் அவங்க ஹேப்பியா இருந்தாங்க. *The End*"

Me to my மனசாட்சி: இனிமே மாரல் ஸ்டோரின்னு எதையாச்சும் தூக்கிட்டு கிளம்பி வருவ?

அக்டோபர் 1, 2020

குழந்தைகளை 'வாங்க..போங்க' என்று அழைக்கும் வழக்கத்தில் எனக்கு உடன்பாடில்லை. விண்வெளி உடையோடு கட்டிப் பிடித்துக் கொள்ள முயல்வது போலத் தோன்றும். மாறாய், "ஓய் கன்னுக்குட்டி.. இங்க வாடிச் செல்லம்" என்று கூப்பிடுவது நாவில் எவ்வளவு இனிக்கிறது! கூடவே நாம் மரியாதையாய் அழைத்தால் தான் அவர்கள் மரியாதையாய்ப் பேசக் கற்றுக் கொள்வார்கள் என்பதும் என்னளவில் மூடநம்பிக்கை தான்.

ஆனால், இன்று விளையாட்டாக கீர்த்துவிடம், 'இங்க வாங்க..ஆமாங்க.. நீங்க சொன்னா சரிதாங்க' என்று பேசிக் கொண்டிருந்தேன்.

சற்றுப் பொறுத்துப் பார்த்துவிட்டு,

"அம்மா!! என்னை எதுக்கு இப்டி 'ங்க..ங்க' ந்னு கூப்பிடறீங்க? I am just 6 years old. பெரியவங்களை தான அப்டி கூப்பிடனும்?"

என்றாள்.

"அப்டின்னா உன்னை எப்போ அப்படி 'ங்க..'ங்க' ந்னு கூப்பிடலாம் நானு?'

என்றேன். தீவிரமாய் யோசித்துவிட்டு,

"உங்களை விட பெரியவங்களா நான் ஆனப்புறம்.. Above 35 years ல அப்டி கூப்பிடுங்க" என்கிறாள்.

அக்டோபர் 11, 2020

மகாபாரதம் அப்டேட்ஸ்:

★ வீட்டிற்கு புதுவரவாய் இரண்டு பச்சைக் கிளிகள் வந்திருக்கின்றன. என்ன பெயர் வைக்கலாம் என்ற பரிசீலனை போய்க் கொண்டிருக்கிறது. அம்மு, "மகா வியாசரோட பையன் பேர் என்ன சொன்னீங்க? சுகன் தான? சுகன், சுகந்தி ந்னு வைக்கலாமா?" என்கிறாள்! கீர்த்துவோ, "சிகண்டினி, சிகண்டி" ந்னு வைக்கலாம் என்கிறாள். இதற்கு முன்பாக வீட்டிலிருந்த love birds க்கு Sprinkle & Sparkle, Shimmer & Shine என்று பெயர் வைத்திருந்த பிள்ளைகளா இது என்று ஆச்சரியமாய் இருக்கிறது!

★ பீஷ்மரைப் பற்றிய அத்தியாயம் ஒன்றை சொல்லி முடித்து, "இந்த சந்தனு ராஜா சத்தியவதிய கல்யாணம் பண்ணாம இருந்திருந்தா இத்தனை பிரச்சினை இல்லல்ல? அதுக்கு பதிலா பீஷ்மருக்கு கல்யாணம் பண்ணி வெச்சு ராஜாவாக்கியிருந்தா அஸ்தினபுரியோட வரலாறே மாறியிருக்கும். குருவம்சத்தோட பெஸ்ட் ராஜாக்கள்ல ஒருத்தரா பீஷ்மரும் இருந்திருப்பாரில்ல?" என்று அங்கலாய்ப்பது போல சொல்லிக்

கொண்டிருந்தேன். சொல்லி முடிப்பதற்குள்ளாகவே கீர்த்து சொன்னாள்,

"*Amma, then Mahabaratham would be so normal.. it will not be this interesting..* அங்கயே மகாபாரதம் முடிஞ்சு போயிருக்குமே?"

★யயாதியின் கதையை சொல்லிக் கொண்டிருந்தேன். யயாதி தனக்கு 50 ஆண்டு காலம் இளமையைத் தரும்படி தன்னுடைய நான்கு மகன்களிடமும் கேட்டார். முதல் மூன்று மகன்கள் மறுத்துவிட, கடைசி மகனான புரு ஒப்புக்கொண்டு தன்னுடைய இளமையை தந்தைக்குக் கொடுத்து முதுமையானவராக

மாறினார் என்று சொன்னதும் அம்மு அதிர்ச்சியடைந்தாள். கொஞ்சம் யோசித்தாள். பின்பு சொன்னாள்,

“அவங்க மூணு பேரும் youthness ஐ குடுக்காதது நல்லது தானம்மா?

அவங்களும் குடுத்திருந்தா யயாதி பச்சைக் குழந்தையா ஆகிருப்பாரே?”

★ கத்ரு என்ற மாபெரும் நாகத்தின் கதை. “விண்ணையும் மண்ணையும் சுற்றி ஆயிரத்தெட்டு மடிப்புகளாக சூழ்ந்திருக்கும் பேரன்னை” என்கிறார் ஜெயமோகன். பிள்ளைகளுக்கு பெரும்பாலும் அதே வர்ணனைகளோடு தான் கதை சொல்கிறேன். சில நேரங்களில் கதையை விடுத்து, அவரது உவமைகளையும் வர்ணனைகளையும் புரிந்துகொண்டு குழந்தைகள் சிலாகிப்பதைக் கேட்பது பேரனுபவமாய் இருக்கிறது. கத்ரு பூமியை ஆயிரெத்தெட்டு முறை சுற்றிச் சூழ்ந்திருக்கிறாள் என்பதை கீர்த்துவின் சிந்தனைக்கு காட்சிப்படுத்த முடியவில்லை. "எனக்குப் புரியல" என்றாள். நான் சற்று யோசித்து,

“கீர்த்தும்மா, பெரிய்ய்ய பந்து ஒன்னு எடுத்து அதை கனமான கயிறு வெச்சு 1008 டைம்ஸ் சுத்தி சுத்தி கட்டினா எப்படி இருக்கும்?” என்று கேட்டேன். அவள் யோசிக்காமல் பதில் சொன்னாள்.

“கை ரொம்ப வலிக்கும்”

அக்டோபர் 15, 2020

குழந்தைகள் இருவரும் இருவேறு துருவங்கள். ஒன்று மீன். மற்றொன்று பறவை. ஒருத்தி பெய்யெனப் பெய்யும் மழை. மற்றொருத்தி பொங்கிப் பெருகும் ஊற்று . ஒருவள் இனிப்பாய் இனிப்பாள். மற்றொருவள் சுவை கூட்டும் உப்பாய் இருப்பாள்.

பெரியவள் ஓவியம் வரைவாள், மனம் கரையப் பாடுவாள், வாசிப்பாள், விவாதங்களை வெறுப்பாள், ஒழுங்கென்ற பெயரில் வரையப்பட்டிருக்கும் அத்தனை வட்டங்களையும்

சதுரங்களையும் சிந்தனையாலும் செயலாலும் தாண்டிவிடத் துடிப்பாள்.

இளையவள், கற்றுத் தருவதையெல்லாம் எரிவாயுவென பற்றிக் கொள்வாள், விளையாட்டாய் கணினி நிரல்கள் எழுதுவாள், மனக்கணக்குகள் போடுவாள், பொறுமையாய் பிசிறில்லாமல் வண்ணம் தீட்டுவாள், தர்க்கங்களில் வென்று திகைக்க வைப்பாள், எல்லாமும் எப்போதும் நெறி பிறழாமல் அவற்றின் எல்லைகளுக்குள் மிகச் சரியாய் பொருந்தியிருக்க வேண்டுமென எதிர்பார்ப்பாள். இவர்கள் இருவரும் உணவுண்ணும் முறையும் இதற்கேற்பவே இருக்கும்.

என் இளமைப்பருவத்தில் வீட்டில் ஞாயிறுதோறும் கால்கிலோ ஆட்டுக்கறி எடுத்து சமைப்பார்கள். அம்மா அதில் குழம்பு வைத்து, வைத்த குழம்பிற்குள் வலைவீசி அத்தனை கறியையும் மீட்டெடுத்து, அதை தனியாய் வறுவலாக்கி வைப்பார்கள். அம்மா, அப்பா, நான், தம்பியென நால்வருக்கும் எண்ணி வைத்தது போல நான்கு துண்டுகள் வரும்.

அம்மா தட்டின் நடுவே வெறும் சாதத்தை அள்ளி வைத்து ஓரத்தில் அந்த நான்கு துண்டு வறுவலை வைத்ததுமே, அப்பாவின் கை எங்கள் தட்டுகளுக்குள் நீண்டு வரும். அந்த வறுவலை சாதத்தில் போட்டு பிசைந்துவிட்டு, மீண்டும் அந்த நான்கு துண்டுகளையும் காப்பாற்றி எடுத்து தட்டின் ஓரத்தில் வைப்பார். "இதை தயிருக்கு தொட்டுக்க வெச்சுக்கோ" என்பார். வறுவல் மசாலாவில் பிரட்டிய சாதம், அடுத்து கறியே இல்லாத குழம்பு சாதம், அடுத்து சாப்பிட்ட கறி (?!) செரிக்க வேண்டுமென ரசம் சாதம், கடைசியாய் தயிர் சாதம் என்று வரிசை மாறாமல் நாங்கள் நகர்ந்து வரும்வரை தட்டின் ஓரத்திலிருக்கும் அந்த நான்கு துண்டுகளும், உயிர்பிழைக்கவென நீந்திச் சேர வேண்டிய கரை போல வெகுதூரத்தில் தெரியும்.

காலப்போக்கில் கறித்துண்டுகளின் எண்ணிக்கை கூடினாலும் அதைக் கடைசியில் சாப்பிடுவது என்பது ஒரு பழக்கமாக ஆகிவிட்டது. நான் வளர்ந்து தனித்துண்ணத் தொடங்கிய நாட்களிலும் கூட அந்த வரிசையை மாற்றியதில்லை. இதற்குப் பின்னாலிருக்கும் உளவியலை பலமுறை யோசித்திருக்கிறேன். காதலன் படத்தில் எஸ். பி. பி. பிரபுதேவாவுக்கு கொடுக்கும்

அறிவுரை போல, ஆவலைத் தூண்டும் எதன் மீதும், அப்போதே வெறிகொண்டு பாய்ந்துவிடாமல் நிதானித்து அணுகும் குணத்தை இப்பழக்கம் தான் எனக்குக் கொடுத்ததா என்றும், கையிலிருக்கும் எதையும் அப்போதே சுதந்திரமாய் ஆனந்தமாய் அனுபவிக்க விடாத கொடும் மனத்தடையையும் இது தான் உருவாக்கியதா என்றும் குழப்பமாய் இருக்கும். சாப்பாட்டைத் தவிர மற்ற விஷயங்களில், சேமிப்பில் நான் இவ்வழக்கத்தைக் கடைபிடிப்பதில்லை.

அம்மு பொறுமையென்றால் கருப்பா சிவப்பா எனக்கேட்கும் அவசரக்காரி. அவளைப் பார்ப்பவர்கள் அதை கொஞ்சம் நாசூக்காய், "*Ammu is a go-getter.. right?*" என்பார்கள். அவள் தட்டில் இருப்பவற்றில் அவளுக்குப் பிடித்தவையெல்லாம், அவளுக்கு வைக்கப்பட்டதா என்று சந்தேகிக்கும்படியாய் நொடியில் சுத்தமாய் காலியாகும். சாப்பிட்டபின் திரும்பத் திரும்ப அதையே வைக்கச் சொல்லிக் கேட்பாள். கடைசியாய் வயிறும் மனமும் நிறைந்து, பிடிக்காதவற்றை சாப்பிடாமலோ வேண்டாவெறுப்பாய் குதறி வைத்தோ எழுவாள்.

கீர்த்துவோ தானாய் சாப்பிட ஆரம்பித்த நாளிலிருந்து குழம்பில் கறியோ, இறாலோ, சுண்டலோ இருந்தால் சாப்பிடவே ஆரம்பிக்காமல் பொறுமையாய் ஒவ்வொன்றாய் பொறுக்கி எடுத்து ஓரமாய் வைப்பாள். சாப்பாட்டையும் குட்டிக்கையால் துளித் துளியாய் அள்ளி வெகுநேரம் சாப்பிடுவாள். சாதம் தீர்ந்தபின்பு சேமித்ததை ஒவ்வொன்றாய் எடுத்து ரசித்து நிதானமாய் சாப்பிடுவாள். இதெல்லாமா ஜீனில் வருகிறது என்று ஆச்சரியமாய் இருக்கும்!

எனக்கிருக்கும் பொறுமை அவளுக்கு இயல்பிலேயே இருக்கையில், எனக்கிருக்கும் மத்தியவர்க்கத்து மனத்தடையும் அவளுக்கு இருக்க வேண்டாமென நினைத்து, "இப்படி செய்யாதே கீர்த்து.. சாதத்துடன் சேர்த்தும் சாப்பிடு" என்று எத்தனை முறை சொன்னாலும் கேட்க மாட்டாள். ஒருமுறை இப்படி சேமித்து வைத்திருந்த இறாலை அவள் சாப்பிட தொடங்கும்முன்பாக, டேபிளில் இருந்த தட்டு சரிந்து அத்தனையும் கீழே கொட்டிச் சிதறியது.

இப்பழக்கத்தை சரிசெய்ய நினைத்து, இருவரும் சாப்பிடும்போது ஒரு கதை சொன்னேன்.

மிட்டு, கிட்டு, நட்டு என்று மூன்று பேர். அவர்கள் செய்யும் வேலைக்கு தினமும் 10 ரூபாய்கள் கிடைக்கும். மிட்டு தினமும் 10 ரூபாயையும் செலவழித்து சாப்பாடும், பஞ்சுமிட்டாயும், பொம்மைகளும் வாங்குவான். கிட்டு 10 ரூபாயையும் ஒரு பானையில் போட்டு வைத்துவிட்டு பசியோடு தண்ணீரைக் குடித்தும், எங்காவது மரத்திலிருக்கும் பழங்களை சாப்பிட்டும் பஞ்சுமிட்டாயையும் பொம்மைகளையும் பார்த்து ஏங்கிக் கொண்டு அமர்ந்திருப்பான். நட்டு 10 ரூபாயில் 5 ரூபாய்க்கு சாப்பாடு வாங்கி சாப்பிட்டு 5 ரூபாயை சேமித்து வைப்பான். ஒருநாள் மிட்டுவுக்கு காய்ச்சல் வந்தது. மூன்று நாட்களுக்கு வேலைக்கு போக முடியாமல் உணவுக்கும் மருந்துக்கும் பணமில்லாமல் சிரமப்பட்டான். ஒருநாள் கிட்டுவின் பணம் திருடுபோனது. அத்தனை உழைத்தும் எதையுமே அனுபவிக்காமல் சேமிப்பு முழுவதையும் இழந்தான். நட்டு ஒருநாள் அவன் சேமிப்பிலிருந்து பாதியை எடுத்துப் போய் பஞ்சுமிட்டாயும், அவன் ஆசைப்பட்ட பொம்மையையும் வாங்கிக் கொண்டான்.

கதை சொல்லி முடித்ததும், ஆச்சரியப்படுத்தும்படியாய், "நான் மிட்டு மாதிரி தான் இருக்கேனில்ல?" என்றாள் அம்மு. கீர்த்து, "ஓஓ! நான் கிட்டு மாதிரி தான் அன்னிக்கு இறா எல்லாம் எடுத்து வெச்சேன். எல்லாம் தரைல கொட்டிருச்சு. நான் ஒன்னு கூட சாப்பிடல" என்றாள்.

சிலநாட்கள் கழித்து, மீண்டும் கறி சமைத்த நாளில் கதை சொன்னதால் குழந்தைகளிடம் ஏதும் மாற்றமிருக்கிறதாவென

கவனித்தேன். அம்மு அதே போலத்தான் சாப்பிட்டுக் கொண்டிருந்தாள். கீர்த்துவும் அதே போல எல்லாவற்றையும் பொறுக்கி ஓரமாய் வைத்துக் கொண்டிருந்தாள். நான் சலிப்பாய் உள்ளே போக திரும்பிய நேரம், எடுத்து ஓரமாய் வைத்த கறித்துண்டுகளை ஒன், டூ, த்ரீ என எண்ண ஆரம்பித்தாள் கீர்த்து.

"கீர்த்தும்மா, சாப்பிடாம என்னடா செய்யற?"

"அம்மா, எவ்ளோ மட்டன் பீஸஸ் இருக்குன்னு எண்ணிட்டிருக்கேன். எய்ட் இருக்கு. ஃபோர் + ஃபோர் எய்ட் தான? நாலு கடைசியா சாப்பிடுவேன். நாலு இப்ப சாப்பிடுவேன்.. நட்டு மாதிரி"

என்றுவிட்டு அதிலிருந்த பாதியை மீண்டும் சாப்பாட்டுடன் சேர்த்துக் கொண்டாள்.

இதுவாவது பரவாயில்லை, நேற்று அவள் தட்டில் ஒரே ஒரு சின்ன கறித்துண்டு தான் இருந்தது. அதை பாதியாய் பிய்த்து ஓரத்தில் வைத்துவிட்டு மிச்சத்தை அப்போதே சாப்பிட்டாள்.

வெகு நாட்களுக்குப் பிறகு, பார்க்கும் போதெல்லாம் மனதை நிறைக்கும் புகைப்படம் ஒன்று வாய்த்திருக்கிறது.

ஒருத்தி, பருகப் பருகத் தீரா அமுதம்! மற்றொருத்தி, கனவிலும் நனவிலும் இசைத்தபடியிருக்கும் கீர்த்தனம்! திகட்டாத் தீஞ்சுவையை, சிலிர்க்கும் தேனிசையை விழியறியச் செய்த நண்பனுக்கு நன்றி! @I2Studio

---

ஜனவரி 24, 2021

ஏழு ஸ்வரங்களில் எழும் இசை போல, ஏழு நிறங்களில் வரும் வானவில் போல, ஏழு கடல் தாண்டி ஏழு மலை தாண்டி, குகைக்குள் வாழும் பசுங்கிளி போல, என் வீட்டில் சிறகடித்துக் கொண்டிருக்கிறது ஏழு வயது சிட்டுக்குருவி ஒன்று. வண்ணச் சிறகுகளும் குறுமணிக் கண்களும் கூரலகும் கொண்ட அற்புதச் சிறுபறவை.

இடர்களின் முன்பாக அச்சமற்று நிற்கும் சில தருணங்களில் தோன்றும், என்னுயிரை நான் இந்தச் சிறு குருவிக்குள் தான் ஒளித்து வைத்திருக்கிறேன் என்று. அல்லது இப்படியுமிருக்கலாம். என்னுள் இருக்கும் உயிர், இந்தக் குட்டி மந்திரவாதியுடையது.

ஆம் அவள் ஒரு மந்திரக்காரி! மின்னைக் கண்ணாக்கி, தன் அடி தொட்ட மண்ணையெல்லாம் பொன்னாக்கி, என்னை அவளது முழுமுதல் அடிமையாக்கி வைத்திருக்கும் ரசவாதி! என்னில்லத்தில் வாழும் லட்சுமி! என் அகத்தை நிறைத்திருக்கும் ஆதிபராசக்தி! நாளும், விழியால் என் உளம் தொட்டு வளம் பெருக்கும் விசாலாட்சி!

இவள் பிறந்து இன்றோடு ஏழு வருடங்கள் ஆகிறதாம். நாட்காட்டி சொல்கிறது. பொறுங்கள். வருடங்கள் என்றா

சொன்னேன்? பிறகெப்படி இவள் என்னை ஏழேழு யுகங்களாய் ஆட்சி செய்து கொண்டிருக்கிறாள்? இந்தக் கணக்கில் ஏதோ பிழையிருக்கிறது. "காலம் என்பதை நேர்கோடாய் பார்க்காதே" என்று அடிக்கடி சொல்வார் சித்து. உறவுகளையும் அப்படி பார்க்கக் கூடாதோ என்னவோ! என்னைப் பெற்றவளும் எனக்குப் பிறந்தவளும் ஒருத்தியாகவே இருப்பது என்ன ஒரு விந்தை!!

ஆனால்... என்ன பெருமை இருந்தென்ன? கொலுசொலி ஆணையிட, மலர்விழி சுடர் விட, எங்கும் தன் அதிகாரக் கொடிபறக்க, வீட்டையே அரசோச்சியும் கண்ட பயன் என்ன? இன்னமும் இவளுக்கு சமையலறை சிங்க்குக்கு மேலிருக்கும் பாத்திர அடுக்கு கைக்கு எட்டுவதில்லை. நுனிக்காலில் எம்பி நிற்காமல் தோசைக்கல்லில் வெந்து கொண்டிருப்பது அடையா ஆம்லெட்டா என்று பார்க்க முடிவதில்லை. உடன்பிறந்த வீரமும், கற்றுக் கொண்ட கராத்தேவும் இருண்டிருக்கும் காரிடாரில் செல்லுபடி ஆவதில்லை. இவ்வளவு ஏன்.. ஆயிரத்தை விட பெரிய எண் ஒன்றை இன்னமும் கண்டுபிடிக்க முடியவில்லை. அதனால் அவள் உங்கள் கழுத்தைக் கட்டிக் கொண்டு மழலை மாறாமல், "ஐ லவ் யூ தவுசண்ட் டைம்ஸ்" என்று சொன்னாளென்றால் அந்த ஆயிரத்திற்குள் ஆழிகளின் ஆழமும், பால்வெளியின் விரிவும், அதில் இயங்கும் அண்ட சராசரங்களின் எண்ணிக்கையும் அடங்கும் என உலகோர் பொருள் கொள்க.

அரசியாருக்கு சில காலம் முன்பாக ஒரு மனக்குறை. அவரது தமக்கையார் அவரிடம் அன்பாயிராமல் அவரை ஒதுக்குவதும், ஓயாமல் யுத்தத்திற்கு அழைப்பதும் அவருக்குப் பிடிக்கவில்லை. அதன் தொடர்ச்சியாக,

" அக்கா எல்லாருக்கும் பூன வரைய சொல்லிக் குதுக்கறா. எனக்கு மட்டும் சொல்லிக் குதுக்கவே மாட்டேங்குறா" என்று கண்ணில் நீர் மல்க முறையிடுவதும்,

"நா ஒன்னுமே பண்ணல. அக்கா சீண்டிட்டே இருந்தான்னு இப்டி லைட்ட்ட்ட்டா தான் கிள்ளினேன். பயங்கரமா வலிக்கற மாதிதி அடிச்சிட்டா" என்று அழுவதும்,

"அம்மா எனக்கு ஒரு இமாஜினரி ஃப்ரண்ட் இருக்காம்மா. அவ பேரு Anna. இப்ப அக்கா அவளுக்கும் ஒரு இமாஜினரி

ஃப்ரெண்ட் கூட்டிட்டு வந்து வெச்சிகிட்டு அவளுக்கும் Anna நு அதே பேரையே தான் வைப்பேன்றா. கேட்டா நீ உன் ஃப்ரண்டுக்கு வேற பேரு வெச்சுக்கோன்றா.”

என்று அமானுஷ்ய பிரச்சினைகளோடு வந்து பஞ்சாயத்துக் கூட்டுவதும் அடிக்கடி நிகழ்ந்ததால், ராஜமாதாவான எனக்கு லேசாக பைத்தியம் பிடித்து விட்டதாக சந்தேகம் வந்து விட்டது.

எப்படியும் அம்மா பதவியை ராஜினாமா செய்ய முடியதென்பதால், யோசித்து அமுதினியை அக்கா பதவியிலிருந்து டிஸ்மிஸ் செய்ய முடிவெடுத்தேன்.

“கீர்த்தும்மா இனிமே அவகிட்ட போகாத. நானே தான் உனக்கு அம்மா. நானே தான் உனக்கு அக்கா.” என்று அறிவித்து தற்காலிக கௌரவ அக்காவாக திடீர் பொறுப்பேற்றுக் கொண்டேன்.

அவளும் தயக்கமேயில்லாமல் ஒப்புக்கொண்டு, அம்மா என்றும் அக்கா என்றும் மாற்றி மாற்றிக் கூப்பிட ஆரம்பிக்க, அமுதினிக்கு ‘கோணலா இருந்தாலும் என்னோடதாக்கும்’ என்ற பொசசிவ்நெஸ் தூண்டப்பட்டுவிட்டது. அதன்பின்னாக எனக்கும் அவளுக்குமிடையில் அடிக்கடி யுத்தம் மூள ஆரம்பித்தது.

“நான் தான அவ அக்கா? நீங்க அம்மா தான? நீங்க எப்டி அக்காவாக முடியும்?”

“அதெல்லாம் ஆக முடியும். உனக்கு தான் அவள பிடிக்கல இல்ல. விட்டுட்டு போயேன். எனக்கு இவ்ளோ க்யூட்டா தங்கச்சி கிடைச்சா நான் செம ஹேப்பியா வெச்சுக்குவேன். நானே அக்காவா இருந்துக்கறேன்”

நானும் அவளும் இரண்டு பக்கமும் நின்று கொண்டு “கீர்த்து உனக்கு நான் தான் அக்கா. அந்தப் பக்கம் போகாத” என்று போட்டியிட்டு இழுத்தால், கீர்த்து நடுவில் நின்று கொண்டு இரண்டு பொண்டாட்டிக்காரர்கள் போல அல்லாடுவாள்.

சில சமயம் புது டிவிஸ்டாக அம்மு அவளை கட்டிலுக்கடியில் கூட்டிப்போய் மந்திராலோசனை நடத்தி “கீர்த்து, நீ அம்மாகிட்ட நீங்க தான் என் அக்கான்னு சொல்லிடு. நீ அப்டி சொல்லலனா அம்மா கஷ்டப்படுவாங்க. நான் எப்பவும் உன் அக்கா தான். நான் கோச்சிக்க மாட்டேன். கஷ்டப்பட மாட்டேன்” என்று

அட்வைஸ் கொடுத்து விக்கிரமன் பட தியாகி கேரக்டர் போல பெருந்தன்மையான புன்னகையுடன் வெளியே வந்து, “ம்ம் சொல்லு கீர்த்து. யார் உன் அக்கா?” என்று மிடுக்காய் கேட்பாள். இவள் தயங்கித் தயங்கி “ம்ம்.. ம்ம்.. அம்மா.. அம்மா.. நீங்க தான் என் அக்கா” என்று துக்கம் ததும்பும் முகத்தோடு சொல்லிவிட்டு அடுத்த நொடியே நோஓஓஓ என்று அலறியபடி ஓடி அம்முவை கட்டிப் பிடித்துக் கொண்டு “ரெண்டு பேரும் என் அக்கா தான்” என்று நிஜமாவே அழுவாள்.

சண்டைக்காட்சி செண்டிமெண்ட் காட்சியாக மாறியதில் நான் சிரிப்பும் கண்ணீருமாக நின்றால், சித்து போனிலிருந்து வெளியே வந்து எட்டிப் பார்த்துவிட்டு “இது போன்ற பாசக்காட்சிகள் அடங்கிய படம் முப்பத்தாறு மொட்டைகளின் அட்டகாசம் அட்டகாசம் அட்டகாசம்” என்று தொண்ணூறுகளின் ஆடியோ கேசட் விளம்பரம் போல எதிரொலித்துக் கலாய்ப்பார்.

வாசிக்கவே சந்தோஷமாய் இருக்கிறதில்லையா! வாழவும் அப்படித்தான் இருக்கிறது. பிள்ளைகளோடிருக்கையில் வாழ்க்கை பொங்கிப் பிரவகித்தோடும் காட்டாற்று வெள்ளமாகி விடுகிறது. எத்தனை வேகம்! அதற்குள்ளா ஏழு வருடங்கள்? என்று

வியப்பாய் இருக்கிறது. இந்தப் பிள்ளைகள் கொஞ்சம் மெதுவாய்த்தான் வளர்ந்தாலென்ன என்று ஏக்கமாய் இருக்கிறது.

இன்று அவள் பிறந்தநாள். அதிகாலையில் "ஹேப்பி பர்த்டே கண்ணம்மா" என்று கன்னத்தில் முத்தமிட்டபோது உறக்கம் விலகாமல், கண்கள் திறக்காமல், என் ஆயுளை இன்னும் அறுநூறு வருடங்கள் நீட்டிக்கும்படியாக அற்புதமாய்ப் புன்னகைத்தாள்.

இந்தப் புன்னகையோடும் இதே வியப்போடும் இதே மகிழ்வோடும் நான் இன்னும் எழுபது வருடங்கள் கழித்தும் இதே போன்றதோர் பதிவெழுத இறையும் இயற்கையும் அருள்வதாக. இதுவரை எங்களோடிருந்தவர்கள், எப்போதும் போல, இப்போதும் அப்போதும் அருகிருந்து வாழ்த்துங்கள். இந்நாள் உங்கள் ஆசிகளால் நிறையட்டும்.

பிப்ரவரி 12, 2021

11 மாதக் குழந்தையாய் இருந்தபோது அம்மு திடீரென சாப்பிடுவதை நிறுத்திவிட்டாள். எதை ஊட்டினாலும் துப்புவாள். பசித்தால் தானே சாப்பிடுவாள் என காத்திருந்தால் இரண்டு நாளானாலும் தண்ணீர் தவிர வேறெதுவும் வாயில் வைக்காமல் விளையாடிக் கொண்டிருப்பாள். ஒருநாள் முழுவதுமாக போராடி அரை இட்லி சாப்பிட வைத்தால் அது எனக்கு பெரிய வெற்றியாகத் தோன்றும்.

அப்போதெல்லாம் அவளுக்கு ஒரே ஒரு வாய் சாப்பாட்டை ஊட்டுவதற்கு ஒரே வழி தான் இருந்தது. அவள் அதுவரை பார்த்திராத புதிய பொருளை, புது ஜீவனை அவளுக்குக் காட்ட வேண்டும். அவள் திகைப்பில் விழிவிரித்து, அதை நம்மிடமே திரும்பத் திரும்பக் காண்பித்து குதூகலிக்கும் போது அவளறியாமல் தந்திரமாக ஒருவாய் உணவை உள்ளே திணிக்க வேண்டும்.

கேட்க சுலபமாயிருந்தாலும் அதற்காக நான் பட்ட பாடு கொஞ்ச நஞ்சமல்ல. வீதி முடியும் இடத்தில் கடைசி வீடாக இருந்த எங்கள் வீட்டு வாசலுக்கு நாய் பூனைகள் கூட மிக அரிதாகத் தான் வரும். அந்தத் தெரு ஆட்கள் தவிர வேறு யாருமே அவ்வழியாக வர மாட்டார்கள். அப்போதெல்லாம்

வீட்டு ரோஜாச் செடியில் வாரத்திற்கு ஒரு முறை ஒரு பூ பூக்கும். அதை அப்படியே பறிக்காமல் வைத்திருந்து, தினமும் அதை ஒரு கையால் மூடிக் கொண்டு அவள் வாக்கரை உருட்டிக் கொண்டு அருகே வந்ததும் "இங்க பாருடா! செடில பூ பூத்திருக்கு! ரோஜாப்பூ!" என்று வியப்பொலியோடு கையைத் திறந்து காண்பித்தால் மகிழ்ந்து குட்டிக்கைகளை சந்தோஷமாய் தட்டிக் கொண்டு அவளறியாமல் உணவுக்கு வாய் திறப்பாள். அதுவும் ஒரு நாளில் ஒரே ஒரு முறை மட்டுமே உதவும். திரும்ப அடுத்த நாள் தான் அந்தப் பக்கம் வருவாள்.

அன்றெல்லாம் ஒவ்வொரு ரோஜாமொட்டும் விரிந்து மலர்வதற்காக, மரத்திலிருந்து அபூர்வமாய் ஒரு அணிலாவது ஜன்னல் கம்பியில் இறங்கி ஓடுவதற்காக, காகம் தவிர புதிய பறவை ஏதாவது முற்றத்திற்கு வர வேண்டும் என்பதற்காக, தினம் ஒரு நாயோ பூனையோ எங்கள் வாசலுக்கு வந்து சோம்பல் முறித்து கொட்டாவி விட்டு சுருண்டு படுத்துக் கொள்வதற்காக நான் தவம் போல காத்திருந்திருக்கிறேன். ஒற்றை நூலில் தொங்கிக் கொண்டு கீழிருந்து மேலேற முயலும் சிறிய சிலந்தியையும், மழைக்கடுத்த நாளில் முற்றத்தில் குதித்துக் கொண்டிருந்த குட்டித் தவளையையும், விர்ர்ரென்று பறந்த தட்டாரப்பூச்சியையும், சிவப்பும் கருப்புமான அட்டைப் பூச்சியையும் பார்த்த போது அவளைக் கூட்டிவந்து காண்பிக்கும் முன்பாக நான் குழந்தையாகி மகிழ்ச்சி பொங்கத் துள்ளியிருக்கிறேன். வாசலில் நின்று கொண்டு அக்கம்பக்கத்தாருக்குக் கேட்கும்படியாக, "அம்மு இங்க பாரு. ரோட்ல எருமை போகுது! எருமைடா! வந்து பாரு. அம்மா சீக்கிரம் அம்முவை தூக்கிட்டு வாங்க. அய்யோ போய்ட போகுது. சீக்கிரமா வாங்க" என கூச்சமேயில்லாமல் சத்தம் போட்டுக் கூவியிருக்கிறேன்.

ஒவ்வொரு நாளும் புது அறிதல்! புது வியப்பு! புது மகிழ்ச்சி! குழந்தைகளோடிருக்கையில் வாழ்க்கையே கொண்டாட்டமாகி விடுவது இதனால் தான் போல. அம்முவின் கண்களுக்கு எல்லாமும் சலித்துப் போய் பிளாட்டிபஸும் நார்வாலும் கூட ஆச்சரியப்படுத்தாமல் ஆகிவிட்ட போது, கீர்த்து பிறந்து இந்த அரதப்பழசான உலகை மீண்டும் எனக்கு புதுப்பித்துக் கொடுத்தாள்.

அவளின் பென்னம்பெரிய கண்களால் ஒவ்வொன்றையும் புதிதாய்ப் பார்ப்பதும், அவளது பிஞ்சுக் கைகளால் ஆட்டுக்குட்டியின் உடலை தொட்டு நீவி கையை விரித்துப் பார்த்து "எவ்ளோஓஓஓ சாஃப்ட்டா இருக்கு" என்று சந்தோஷிப்பதும் எனக்கும் வாய்த்தது. மூன்று வயதில், தரையில் கிடக்கும் பளபளப்பான ஷர்ட் பட்டன், ஸ்க்ரூ, ஆடையிலிருந்து உதிர்ந்த ஜம்க்கி அல்லது கல் என எது கிடைத்தாலும் அதை உள்ளங்கைக்குள் வைத்து பத்திரமாய் மூடி எடுத்து வந்து, கண்கள் மின்ன அருகே வந்து கொஞ்சமாய் கையைத் திறந்து காண்பித்து "இத நா கண்டுபுட்ச்சேன்" என்று ரகசியம் போல கிசுகிசுப்பாய் சொல்வாள். அப்போது அவள் புன்னகை அத்த்த்தனை அழகாய் இருக்கும்.

அவள் மெல்ல தன் உள்ளங்கையை விரிக்கையில் உள்ளிருந்து அறிதலின் ஆனந்தம், ஒளியும் வண்ணங்களுமாய் பீறிட்டு எழுந்து அறையையே வெளிச்சமாக்குவது போல ஒரு பிரமை வரும்.

இப்போது அவளுக்கும் 6 வயது. பிள்ளைகள் இருவர் முகத்திலும் "அனைத்தும் யாமறிவோம்" என்ற ஞானக்களை வந்துவிட்டது. உலகம் தினமும் அதே இரவு பகலோடு அதே 24 மணி நேரங்களோடு பழைய பாத்திரக் கடை போல மாறிவிட்டது.

ஆனால் திடுமென சென்ற வாரத்தில் அதிர்ஷ்டப்பரிசு போல எனக்கு மீண்டும் அந்த ஆனந்தம் வாய்த்தது. வெளியே சும்மா காத்து வாங்கி வரலாமென்று கிளம்பி வந்த ஒரு அம்மாவும் இரண்டு குட்டிப் பெண்களும், திடீரென சாலையில் எதையோ பார்த்து, காணாததைக் கண்டது போல கூவுவதையும் ஆச்சரியப்படுவதையும் போட்டோ புடிப்பதையும், சாலையில் நடந்த மக்கள் பார்த்து அவர்களும் ஆர்வத்துடன் எட்டிப்பார்த்து 'ஙே' என்ற முகக்குறிப்புடன் விநோதமாய்ப் பார்த்துச் சென்றார்கள் தான்!

அதைப்பற்றி அவர்களுக்கென்ன கவலை? மழைபெய்த சாலையில் எண்ணெய் சிந்தி இப்படி வண்ணக் கலவையாவதை அந்தப் பிள்ளைகள் அதுவரை பார்த்ததே இல்லை தெரியுமா! அவர்களுக்கு அது எத்தனை பெரிய மாயாஜாலம்! அதை அவர்கள் ரசித்து நிற்பதைக் காண்பது அம்மாவிற்கு எத்தனை

பெரிய வரம்! அவர்களின் முகங்களிலிருந்த மகிழ்ச்சியை கண்கள் கொள்ளாமல் அள்ளி மனம் கொள்ளாமல் நிறைத்து இறுக மூடி வைத்துக் கொண்ட அவ்வன்னை, "இன்னமும் இவர்கள் வெயில் பெருகியோடும் சாலையில் தேங்கி நிற்கும் கானல் நீரைப் பார்த்ததில்லை. அதையும் ஒருநாள் இதே போல காண்பிக்க வேண்டும்" என்று எண்ணிக் கொண்டாள்.

ஜூலை 29, 2021

நானும் கீர்த்துவும் முருங்கைக்கீரை ஆய்ந்து கொண்டிருந்தோம். அதிலிருந்த மொட்டுகளை சேகரித்து நீட்டி, "*Amma I am giving you flowers. Because I love you so much*" என்றாள். நான் சிரித்துக் கொண்டே, "இது *flowers* இல்ல. *Buds*" என்றேன். உடனே ரோஷமாய்,

"இதெல்லாம் வளர்ந்து *flowers* தான ஆகும்? அதனால *flowers* நு சொன்னா தப்பில்ல. நான் அப்டி தான் சொல்லுவேன்" என்றாள். நான் பயந்தது போல ஆமோதித்து தலையசைத்து நமட்டுச் சிரிப்புடன், "*Yes lady. You're right*" என்றேன். நொடியில் புரிந்து கொண்டு "அய்யோ மாட்டிக்கிட்டமே" என்பது போல சிரித்தவள், அடுத்த இரண்டு விநாடிகளில் சுதாரித்துக் கொண்டு, "*Yes old lady, I am always right*" என்றாள்.

மதிப்புரை – 1

கற்பனை என்னும் நெய்சேர்த்தி இன்றி ருசிக்கும் செய்நேர்த்தி

- கவிஞர் ரமேஷ் வைத்யா

காயத்ரி சித்தார்த் எழுதிய 'மகள் கீர்த்தி' நூல் பற்றிச் சில சொற்கள்.

ஒரு தாய், தன் பிள்ளையை ரசிக்கிறார்.

யார் வீட்டுக்கேனும் நாம் போயிருக்கையில் பிள்ளையை ரைம்ஸ் சொல்லச் சொல்வார்களே, அது நினைவுக்கு வருகிறதா?

அப்படியானால் நீங்கள் ஃபேஸ்புக்கில் காயத்ரி சித்தார்த் எழுதிய குறிப்புகளைப் படிக்காதவர் என்று புரிந்துகொள்வேன். 'மயக்குறு மகள்' என்று தன் மகள் அமுதினியைப் பற்றி அவர் எழுதிய குறிப்புகளை வாசிக்கத் தொடங்கியதில் பற்றிக்கொண்டது அன்னாரின் எழுதும் விதம் குறித்த என் ஆவல். அவை, விகடன் பிரசுரத்தில் புத்தக உருக் கொண்டன. அதைவிடச் சிறப்பாக எழுதிவிட முடியாது என்கிற முடிவுக்கு நான் வரவில்லை. ('என் கூர்த்த வாசிப்பு அப்படி' என்கிற வாசகத்தை இவ்விடம் தவிர்த்திருக்க வேண்டும்.)

இந்த 'மகள் கீர்த்தி'க்கு முன்னதாக, நூலாசிரியருக்கு இரண்டாம் மகளாக இறங்கியிருக்கும் கீர்த்தினிக்கு, அக்காளைக் காட்டிலும் விதவிதமாக இருக்க வேண்டிய உள்ளார்ந்த சவால். அது, அறியாமல் அப்படியிருந்தாலும்கூட. அவள் சளைக்கவில்லை. அன்னையும்.

முன்னுரை எழுதிய கவிஞன், இந்தப் புத்தகத்தை 'அன்னை அளாவிய கூழ்' என்றான். எனக்குக் கொஞ்சம் கூடுதல் ஆசை. 'பெருங்கை அளாவிய கூழ்' எனப் பட்டது.

இதை எழுதியதில் ஈடுபட்ட கை அத்தகையது. அல்ப எனக்குக்கூட என் பிள்ளையின் பேச்சு பொன் பேச்சு. அது ஓர் அரைப் பங்கு என்னுங்கள். அதை எழுத வேண்டுமே... அடேங்கப்பா! இப்படியா ஒரு தமிழ்?

அத்தமிழைப் படித்துவரும்போதுதான், 'பெருங்கை அளாவிய அமுதம்' என்று தோன்றி உடனே மறைந்தது. அமுதம்

தோன்றுவதற்கு முன்னதாக, அதுவும் இதுவும் ஆலகால விஷமும் என அழுக்குகள் தோன்றின. காயத்ரி சித்தார்த்தின் கை மத்துக்காகக் காத்திருந்த மாதிரி முதற் கடைசலுக்கே முந்திக்கொண்டு வந்துவிட்டிருப்பதால் இது அமுத வகையிலேயே ஏதோ ஓர் உட்பிரிவு.

வெறுமனே ஒரு வியங்கோள் வினைமுற்றை எடுத்துக்கொள்ளுங்களேன்.

'உன் நாட்கள் இனிதாகுக.

உன் மகிழ்ச்சி நிலைத்து வளர்க.

நீளாயுளும் நிறைசெல்வமும்

குன்றாப் புகழும் மங்கா வளமும்

உறவும் சுகமும் என்றும் எப்போதும் உன்னோடிருப்பதாக...

எனக்குத் தமிழ் தெரியாதிருந்தால் இதை ஒரு மந்திரத்தின் சொற்றொடர்களென எண்ணியிருப்பேன்.

ஆரம்பத்திலிருந்தே ஆறடிப்பதைப் பார்ப்பது ஓர் அனுபவம். முதல் பக்கத்தில், 'ஒரு குழந்தை இப்படிச் சித்திரிக்கப்படுகிறது:

'தீபத்தைக் கொண்டு சுடரேற்றிய தீபம்.

'குழிந்த உள்ளங்கையினுள் வைத்து, மேலே குவிந்த கரமொன்றால் காக்கப்படும் சிற்றகல் விளக்கு.'

'பொக்கிஷங்களைத் தன்னுள் நிறைத்தபடி மடிமேல் விரியத் திறந்திருக்கும் பொற்பேழை. '

'தொட்டிலில் குழி முயல்'.

'தோளில் வானவில்.'

'மென்பூ மலர்ச்சரம்.'

'விரல் தொட்டெடுத்த தேன் துளி.'

அதற்கப்புறம்தான், ஐயோ...

'குழந்தை காணும் கனவு.'

இந்தப் புத்தகத்தில் எத்தனை பகுதிகளை நான் எடுத்துக் காட்டுவேன்?

'இந்தப் புத்தகத்தை வாங்கிப் படியுங்கள்; வைரமுத்துவைத் தாங்கிப் பிடியுங்கள்' என்று கலைஞர் கருணாநிதி பேசினார். இந்தப் புத்தகத்தை வாங்கிப் படியுங்கள்; தமிழைப் பார்த்து ஏங்கித் துடியுங்கள் என்று நான் சொன்னால் வேடிக்கையாக இருக்குமே தவிர, பொய்யாகாது.

மரத்திலிருந்து கனி வரும், இந்நூலின் சொற்கள் கனியிலிருந்து வந்திருக்கும் கனிகள். அன்னைக் கனி; பிள்ளைக் கனி. ஆளுக்கொரு சீட்டு இறக்கி இருவர் ஆடும் ஆட்டம்.

கற்பனை என்னும் நெய்சேர்த்தி இன்றி ருசிக்கும் செய்நேர்த்தி.

மதிப்புரை – 2

”பெண்ணே உன் கையில் ராஜாங்கம் இருந்தால் எல்லாரும் ஆடணுமா..”

- கவிஞர். கலாப்பிரியா

மகள் கீர்த்திக்கு இசை எழுதியிருப்பதை விட, இசை இசைந்து இசைந்து இசைத்திருப்பதை விடச் சிறப்பாக ஒன்றும் சொல்லி விட முடியாது. அவனும் அவனாகச் சொல்லவில்லை. பாற்கடலில் கீர்த்தினி எனும் தேவதை கடைந்தெடுத்த வினைகளில் திரண்ட காயத்ரி கண்டு கொண்ட அமுதச் சொல்லால் சொல்லியிருக்கிறான். இது தேவதைகள் கடைந்தெடுத்த பாற்கடல். அதனால் அமுதம் மட்டுமே திரண்டிருக்கிறது.

‘‘அடுப்படிக் கரப்பான்களே சமர்த்தாய் விளையாடிக் கொண்டிருங்கள் நாங்கள் வேலைக்குச் சென்று வருகிறோம்” என்று கணவன் மனைவி இருவரும் பணிக்குச் செல்லும் போது சொல்வது போல ஒரு ஜப்பானிய ஹைகு உண்டு. அதுதான் முகுந்த் நாகராஜன் கவிதையைப் படிக்கையில் நினைவுக்கு வரும். முகுந்த் நாகராஜனின் கவி மொழி தமிழுக்குக் கிடைத்த ஒரு வரம். அதன் உள்ளார்ந்த பாதிப்பை நான் உட்பட நிறையப் பேரிடம் காணலாம்.

நிலையத்தில் காத்திருக்கையில் தூரத்தில் வானவில் போட்டிருந்தது. அதைக் காட்டிக் கொண்டிருக்கையில், ரயிலும் வந்து கொண்டிருந்தது. என் பேத்தி தாத்தா, ரயில் அப்படியே வானவில்லில் ஏறிப் போய் விட்டால் நாம எப்படி சென்னை போவது? என்றாள். அதை ஒரு கவிதையாக்கினேன். காயத்ரி அது போல ஆயிரம் கீர்த்திகளை அடுக்கியிருக்கிறார். அடுக்கியிருக்கிறாள் என்றே சொல்லலாம், அவளும் மகள்தானே.

முகத்தை உர்ரென்று வைத்துக் கொண்டு படித்தால் இதைப் படிக்க முக்கால் மணிநேரம் ஆகலாம். அவள் கூட மழலை பேசிக் கொண்டே படித்தால் முழுநாளுமென்ன ஆயுளே காணாது. குழந்தைகளுடன் குழந்தைகள் போல இருப்பதும் வாழ்வதும் வரம்- இதற்கு நடிக்க வேண்டும் என்றாலும் கூடப் பரவாயில்லை

என் பெரிய மகள் சிறியவளாயிருக்கையில் செப்புச் சட்டி பானை வைத்து சமையல் விளையாட்டு விளையாடிக் கொண்டிருந்தாள். என்னைப் பார்க்க வந்த ரசிகமணி டி.கே. சியின் பேரன் தீப நடராஜன் பேசிக் கொண்டிருந்து விட்டுக் கிளம்பும் போது, "எங்க போறீங்க, இந்தா தோசை சுட்டுட்டும்லா ரெண்டு தோசை சாப்பிட்டுட்டுப் போங்க" என்று சத்தமாகச் சொல்லியபடி விளையாட்டுச் சாமான் தட்டினை நீட்டினாள். அவரும், நிஜம் போல இரண்டு தோசை சாப்பிடுகிற நேரம் எடுத்துக் கொண்டு பாவனை செய்து சாப்பிட்டு ஏப்பம் விட்டு ''எம்மா, இன்னம எனக்கு பசிக்கவே செய்யாது," என்று பாராட்டிப் போனார்.

அவள் அப்போதே இரண்டு வயதிலேயே தெளிவாகப் பேசுவாள். அதனால் எனக்கு மழலை அகராதி தயாரிக்க வாய்ப்பில்லாமல் போய் விட்டது. காயத்ரிக்கு அந்தப் பேறு கிட்டியிருக்கிறது. நமக்கும் அந்த சிறுகை அளாவிய கூழில் சிறிதைப் பரிமாறியிருக்கிறார்.

பக்கத்து வீட்டில் ஒரு பையன்," என் பேரு இங்கிலீஷில் அஷோக், தமில் லட்சுமி நாராயணன்," என்று அடிக்கடிச் சொல்லுவான். அதே போல கேபேஜுக்கு தமிழ் கேட்டுக் கொண்டிருக்கிறாள் கீர்த்தினி.

நெருப்புக் கோழி, மண்ணிற்குள் தலையைப் புதைத்துக் கொண்டு எதிரியிடமிருந்து தப்பித்து விட்டதாக நினைத்துக் கொள்ளுமாம். அதே போல கீத்துவும், தரையில் குப்புறப் படுத்து ஒளிந்து கொண்டு விட்டதாக விளையாடுகிறாள்.

எழுத்தில் பெரிய எழுத்தும் சின்ன எழுத்தும் இருக்கிறதென்றால் எண்ணிலும் இருக்க வேண்டுமல்லவா... அது இல்லாத பட்சத்தில் என்னய்யா உங்க மொழி இலக்கணம்?. Capital letters எதற்கு என்று ஒரு சோதனை முயற்சியாக Imprint

என்கிற ஆங்கிலப் பத்திரிகையில் ஒரு மாதம், வாக்கிய ஆரம்பம், Proper nounகளுக்கெல்லாம் கேப்பிடல் எழுத்து இல்லாமல் கொண்டு வந்தார்களாம். அது வெற்றி பெற்றால் அந்த ஈய அச்சு எழுத்துக் காலத்தில் அதை அனாவசியமாகத் தயாரிக்க வேண்டாமே என்று முயற்சித்தார்களாம். ஆனால் பழமை வாதிகள் அதற்கு எதிர்ப்புத் தெரிவித்தார்களாம்.

இதெல்லாம் கீர்த்துவுக்குத் தெரியவேண்டிய அவசியமே இல்லை. மழலை மொழி, மழலை அகராதி, போல அது மழலை லாஜிக் அவ்வளவுதான்.

முதலில் தேதிகளைக் குறிப்பாகப் படித்துக் கொண்டிருந்தேன். அப்புறம் கீத்துவின் சுராசியச் செய்கைகளில் அதைக் கவனிக்காமல் தாண்டி வரத் தொடங்கி விட்டேன். ஆமாம் அது எதற்கு. அவளுக்கு வயதாகிறதென்று ஏன் உணர வேண்டும். பிள்ளை மழலையில், பேசாமல் உள்ளம் குளிர்ந்து கொண்டிருப்போமே.

என் மகள் தானாகப் புனைந்து விடுகதை போடுவாள். "பொங்கும் குளத்தில் புதுப் பெண் குளிக்கிறாள்" அது என்ன என்று. நிலாவா, தாமரையா என்று பதில் சொல்லிக் கொண்டிருக்கையில் போப்பா 'பூரி' என்பாள். அல்லது அப்பளம் என்பாள். அதில் கூட ஒரு முதிர்ச்சி இருக்கிறது. ஆனால் கீர்த்துவின் சாமர்த்தியமும் சமத்தும் அப்படியே நெய்யுடை அடிசில் போல் மெய்பட விதிர்ந்து நிற்கிறது.

ஏன் காயத்ரி, கியூட் டுக்கு தமிழ் தேடிக் கொண்டிருக்கிறாய் பேசாமல் 'கீர்த்து' என்றே வைத்து விடலாமே. வாழ்த்துகள்

அன்புடன்

கலாப்பிரியா

மகள் கீர்த்தி வாசிப்பனுபவம்

-லக்ஷ்மி பாலகிருஷ்ணன்

ஒருமுறை ஊருக்குச் சென்றிருந்த போது பாலாவின் தங்கை மகனுக்கு க்ளே வாங்கிச் சென்றிருந்தோம். இத வச்சு என்ன மாமா செய்யறது என்ற அவனது கேள்விக்கு பாலா என்ன வேனும்னாலும் செய்யலாம்டா என்று குட்டியாக ஒரு யானையைச் செய்து காட்டினார்.

உடனடியாக மருமகன் சரி, எனக்கு கொசு செஞ்சு தா மாமா என்றான். குழந்தைகளின் கேள்விகள் அறியாமையிலிருந்தல்ல, அறிதலின் எல்லையை அறிவதன் பொருட்டு கேட்கப்படுபவை என்பதால்தான் நமக்கு அவை நகைச்சுவையாக இருந்தாலும் இளக்காரமாக இருப்பதில்லை. எங்கள் மருமகனின் கேள்வியும் அத்தகையதே. யானையைச் செய்ய உதவும் பொருள் கொசுவை செய்ய முடியாதென்ற எல்லையை அன்று அவன் அறிந்து கொண்டான்.

சமூக ஊடகங்களின் பலமே அதில் யானையையும் செய்யலாம், கொசுவையும் செய்யலாம் என்பதுதான். ஒருபுறம் காவியங்களை மறுபுனைவு செய்ய முடியுமென்றால் மறுபுறம் தோட்டத்தில் முளைத்த சிறு புல்லொன்றையும் கூட பதிவு செய்யலாம். அதைப் போலவே அரும்பெரும் செயல்களை மட்டுமல்ல அன்றாடத்தையும் இங்கே பதிவாக்கலாம். அப்படித்தான் சக இணையப் பயணிகள் பலரும் குழந்தை வளர்ப்பின் மகிழ்வுத் தருணங்களையும், அதிலேற்படும் சிக்கல்களையும் கூட அங்கங்கே பதிவு செய்ய ஆரம்பித்தோம். அப்படியானதொரு புத்தகம்தான் காயத்ரி சித்தார்த்தின் "மகள் கீர்த்தி". அவரே சொல்வது போல இது ஒரு அன்னை பாடும் மகளின் மெய்கீர்த்தி.

எந்தவொரு செயலையும் உன்னிப்பாக கவனிக்க வேண்டுமென்றால் அச்செயலை மெல்லோட்டமாக

(slow motion) பார்ப்பது ஒரு நல்ல வழி. ஒரு அன்னையாகவும், சிறப்புக் கல்வி ஆசிரியையாகவும் குழந்தை வளர்ப்பை அப்படி மெதுவாக மீண்டும் மீண்டும் நகர்த்திப் பார்க்கும் வாய்ப்பினைப் பெற்றவள் நான். அவ்வகையில் குழந்தைகள் மொழியை எப்படி கற்றுக் கொள்கிறார்கள் என்பதை அணுகி அறிந்திருக்கிறேன்.

முதலில் ஒவ்வொரு பொருளையும், மனிதர்களையும், செயல்களையும் நேரடியாகப் பார்த்து அவற்றின் பெயர்களை, தொடர்புகளை அறிந்து கொள்வார்கள். இது முதல் படி. அடுத்த கட்டத்தில் இதைப் போல் அது என்பதான தொடர்பு படுத்தல்களின் மூலம்தான் மொழியைக் கற்றுக் கொள்ள முடியும். அங்கேதான் கதைகளும், மழலைப் பாடல்களும் உள்ளே வருகின்றன. அவையே வளர்ந்து காவியமும், இசையுமென கலைகளாய்ப் பேருருவம் கொள்ளும். மொழியின் அடிப்படையே ஒப்புமைகளும், உவமைகளும், தொடர்பு படுத்தல்களும்தான் என்பதால் இலக்கியமெனப்படுவதிலும் உள்ளோட்டமாய் கதையும், உணர்வுகளும் நின்றிருந்தாலும் அது செழுமையுறுவது சொற்பிரயோகங்களின் மூலம்தான்.

காயத்ரி முனைந்து தமிழ் கற்றவர். சங்க இலக்கியம் முதல் சமகால இலக்கியம் வரையில் தொடர் வாசிப்பில் இருப்பவர் என்பதை அவரது புத்தகத்தின் ஒவ்வொரு பக்கமும், ஒவ்வொரு வாக்கியமும் நிரூபிக்கின்றன. அத்தனை உவமைகள், ஒப்புமைகள், இலக்கிய மேற்கோள்கள் என்று தெவிட்டாத எழுத்து நடை காயத்ரியினுடையது. ஒரு எழுத்தாளராக காயத்ரியின் வெற்றியை அவரது ஒவ்வொரு உவமையும் காட்டுகின்றன என்றால் அன்னையாக அவரது வெற்றியை முரசறைந்து அறிவிக்கும் இடம் ஒன்று இந்நூலில் உண்டு. சிக்கன் காரமா இருக்கா என்ற கேள்விக்கு கீர்த்தி சொல்லும் பதில்தான் அது. ரொம்பக் காரமா இல்லம்மா, சாமி எறும்பு அளவு கொஞ்சூண்டுதான் காரமா இருக்கு என்று அந்த வாண்டு சொல்வதை கற்பனை செய்து பார்க்கையிலேயே அள்ளி முத்தாடத் தோன்றுகிறது.

சொல்லின் அழகை, உவமிப்பதன் லாவகத்தை உங்கள் மகளுக்குள்ளும் இறக்கி விட்டீர்கள் என்பதைத் தாண்டி தாய் மகளுக்காற்றும் கடமை வேறு பெரிதாக என்ன உள்ளது காயத்ரி? வாழ்த்துகள்.

செப்டம்பர் 1, 2016

நன்றியறிதல்

ஈரோட்டில் சிருஷ்டி என்றொரு அமைப்பு இருக்கிறது. கர்ப்பிணிப் பெண்களுக்கான பயிற்சி வகுப்புகள் நடக்குமிடம். அவ்வமைப்பிற்கு நன்றி சொல்லும் பதிவு இது. ஏறத்தாழ 5 வருடங்களாய் எழுத நினைத்தும், ஏதோ தயக்கத்தால் எழுதாமல் தள்ளிப் போட்டுக் கொண்டேயிருந்த பதிவு. நன்றி சொல்ல இத்தனை தாமதித்ததே தவறுதான் என்று இப்போது தோன்றுகிறது. 2010 ம் வருடம் அம்மு வயிற்றிலிருந்த போது இந்த அமைப்பு குறித்து கேள்விப்பட்டு வகுப்பில் இணைந்தேன். (36 வது பேட்ச்) ஐம்பொன் சிலைகளென இன்று என் கையிலிருக்கும் இரு செல்லப் பிள்ளைகளையும் இவ்வண்ணம் உருவாக்கியதில் சிருஷ்டியின் பங்கு மிகப் பெரியது என்பது என் திடமான நம்பிக்கை.

அம்மு வயிற்றிலிருந்தபோது கடுமையான டிப்ரஷனில் இருந்தேன். உடல் மாற்றங்கள், தொடர்ச்சியான பசி மற்றும் எதையும் உள்ளே தங்க விடாத வாயுமிழ்தல், பேசினாலே வலிக்குமளவு நாக்கு மற்றும் தொண்டையில் புண்கள், தூக்கமின்மை, மீறித் தூங்கினால் அலறி விழிக்கும்படியான துர்கனவுகள், கால்களில் வீக்கம், வலி, சித்து அருகில் இல்லாத ஏக்கம் என்று ஏறத்தாழ ஒரு நோயாளியைப் போன்று உணர்ந்து கொண்டிருந்த காலம். 7ம் மாதத் தொடக்கத்தில் இவ்வகுப்பில் சேர்ந்தேன். முதல் நாளே மனதில் அப்படியொரு நிம்மதி வந்தது. அவர்கள் ஒன்றும் மந்திரம் போடவில்லை. "நாம் தனியாயில்லை. நம்மைப் போன்றே.. நம்மை விடவும் அல்லலுறுவோர் இருக்கிறார்கள்" என்றறியும்போது இயல்பாய் மனித மனம் அடையும் உணர்வு தான் அது.

அங்கே செல்ல ஆரம்பித்த பின்பு திடீரென்று என் மனநிலை "இவ்வுலகம் இனியது இதிலுள்ள வான் இனிமையுடைத்து; காற்றும் இனிது.தீ இனிது. நீர் இனிது. நிலம் இனிது." என்றாகிவிட்டது! அத்தனை பாஸிட்டிவ் எனர்ஜி நிரம்பிய இடம்! தியானம், யோகா, மூச்சுப்பயிற்சி, சுகப்பிரசவத்திற்கான

உடற்பயிற்சிகள், பிறக்கவிருக்கும் குழந்தையை கற்பனை செய்தல், குழந்தையுடன் உரையாடுதல், குழந்தையை பரிபூரண அன்புடன் ஆசிர்வதித்தல், இசை கேட்பது, குழந்தைக்கு ஊட்டும் பாவனையில் சத்துள்ள உணவுகள் உண்பது, குழந்தை பிறந்த பின்னான பராமரிப்பு, குழந்தைக்கு மசாஜ் செய்வது, குளிப்பாட்டுவது, குழந்தையின் கவனிப்புத்திறனை, நியாபகத்திறனை, motor skills ஐ மேம்படுத்தும் பயிற்சிகள்... என இன்னும் இன்னும் அங்கே கற்றுத் தரும் விஷயங்கள் ஏராளம்.

அங்கு நான் கற்றுக் கொண்டவற்றில் மிக முக்கியமானதாய் கருதுவது குழந்தையை ஆசிர்வதித்தலும் குழந்தையுடன் உரையாடுதலும். உண்மையில் அவர்கள் சொல்லிக் கொடுத்ததில் 10 சதவீதம் மட்டுமே நான் நடைமுறையில் செய்தேன். மேற்சொன்ன இரு விஷயங்களும் மட்டுமே என்னை ஆனந்தமயமானவளாய் மாற்றப் போதுமானவையாய் இருந்தன!

தினமும் காலை 6 மணிக்கு எழுவேன். உடற்பயிற்சிகள் முடித்து ஒரு போர்வை விரிப்புடன் மொட்டை மாடிக்குச் சென்று விடுவேன். நானும் அவளும் மட்டுமான பிரத்யேக நேரம். விவரிக்க முடியாத குறுகுறுப்போடு, கிழக்கு நோக்கி விரிப்பில் அமர்ந்து, மலர்ந்து மேலெழும் சூரியனின் இளம் ஆரஞ்சு வண்ணத்தை கண்களுக்குள் நிரப்பிக் கொண்டு கண்களை மூடுவேன். முதலில் மூச்சுப்பயிற்சி.. உள்ளம் நிலை கொண்டதும் தியானம். தியானித்து முடித்து, மூடிய கண்களுக்குள்ளாகவே குழந்தையின் முகத்தை கற்பனை செய்ய முயல்வேன்.

சித்துவின் முகம், குணம் உட்பட அனைத்தையும் உள்வாங்கிக் கொண்ட சின்னஞ்சிறு வடிவையே நான் எதிர்பார்த்திருந்தேன். நான் தூங்கி விழிக்குமிடம் உட்பட கண்படும் அத்தனை இடங்களிலும் அவரின் குழந்தைப் பருவ படங்களையே ஒட்டி வைத்திருந்தேன். எனினும் எத்தனை முயன்றும், பிள்ளை முகத்தை துல்லியமாய் கற்பனை செய்வது சிரமமாயிருந்தது. வரவிருப்பது பெண்ணென்று முன்பே தெரிந்து விட்டதால் அமுதினி என்ற பெயரை முன்னரே தேர்வு செய்திருந்தோம். மழைநோக்கு ஜன்னல் வழியே பார்ப்பது

போல, அனுமானமாய்த் தெரியும் குழந்தையின் முகத்தை, மூடிய கண்ணிற்குள் ஆசை ஆசையாய் பார்த்திருந்து மெல்ல அவள் பெயர் சொல்லி அழைப்பேன். முதல் ஒரு வாரம் உள்ளிருந்து எந்த பதிலும் இல்லை. "அம்முக்குட்டி.. அம்முக்குட்டீ.. அம்மா கூப்பிடறேண்டா. என்னங்கம்மான்னு கேளேன்.." என்னும் விளி, ஒரு வார காலத்தில் ஏமாற்றம் கலந்த தழுதழுப்பாய் மாறியிருந்தது.

ஒருநாள் "அம்முக்குட்டி" என்றழைத்ததும் உள்ளிருந்து பலமாய் ஓர் அசைவெழுந்தது. ஐய்யோ! அந்த உணர்வை எந்த மொழியில் எந்தச் சொல்லெடுத்து விவரிப்பேன்? நிஜம் தானா? எனக்குத் தான் பதில் சொல்கிறாளா? என்னுளிருந்து ஓர் உயிர் என்னிடம் உரையாடுகிறதா என்றெல்லாம் திகைப்பாய் இருந்தது. நிஜம் தான். நான் அழைத்தால் பதில் சொல்கிறாள். அம்முக்குட்டி என்ற பெயர் அடையாளப்படுத்துவது தன்னைத் தான் என்பதை புரிந்து கொண்டாள். இந்த இசை தனக்குப் பிடிக்கிறது இது பிடிக்கவில்லை என்றெல்லாம் உணர்த்துகிறாள், தந்தையின் குரல் கேட்க மிகவும் விரும்புகிறாள், குறையொன்றுமில்லை மறை மூர்த்தி கண்ணாவைக் கேட்டால் அவளுக்குத் தூக்கம் வருகிறது, கதைகள் மிகப் பிடிக்கிறது, வீணையிசை அவளை அமைதிப்படுத்துகிறது, ஓடும் மிக்ஸி, அதிரும் டிவி போன்ற இரைச்சல்களை வெறுக்கிறாள் என்றெல்லாம் பின்னர் படிப்படியாய் புரிந்து கொள்ள முடிந்தது.

ஒவ்வொரு நாளும் வயிற்றில் கை வைத்து அவளை ஆசிர்வதித்து முடித்து, அவள் எப்படியிருக்க வேண்டும், என்னென்வெல்லாம் செய்ய வேண்டும், எப்படிப்பட்ட ஆளுமையாய் உருவாக வேண்டும் என்று நான் அவளிடம் பேசியதெல்லாம் நானும் அவளும் மட்டுமே அறிந்தவை. சித்துவிடமோ அம்மாவிடமோ கூட பகிர்ந்து கொள்ளாத விஷயங்கள். குழந்தையை ஆசிர்வதிக்க அன்னைக்கு எவரேனும் கற்றுத் தர வேண்டுமா என்ன? பிள்ளையைப் பற்றிய அன்னையின் ஒவ்வொரு ஆசையும் பேராசையாக மட்டுமே இருக்கவியலும். பேசப் பேசப் பெருகிக் கொண்டே செல்லும் ஆசைப்பட்டியலை, மணி நேரங்கள் கடந்து வெயில் சுடத் தொடங்கிய பின்பே நிறுத்துவேன்.

ஆனால் அவற்றில், "கிருஷ்ணனைப் போல நீ துறுதுறுன்னு இருப்பியாம். உனக்கு எல்லாரையும் உன்னை எல்லாருக்கும் பிடிக்கும்.. உலகத்துல இருக்கற எல்லாரையும் பாரபட்சமில்லாம நேசிக்கற குழந்தை நீ. உன்னை பார்த்து ஒவ்வொருத்தரும் ஆச்சரியப்படுவாங்க.. உன்னைப் பாராட்டுவாங்க. நீ பார்க்கறதுக்கும் பழகறதுக்கும் நானா மாதிரியே இருக்கே. ரொம்ப சுதந்திரமான தன்னம்பிக்கையான பொண்ணு நீ." போன்ற பகுதிகள் முக்கியமானவை.

அம்மு சின்னஞ்சிறு சித்துவாகப் பிறந்தாள். தெளிந்த அறிவு, எதிலும் ஏன் இப்படி? ஏன் கூடாது? என்ற கேள்வி, ஒவ்வொன்றையும் மாறுபட்ட கோணத்தில் சிந்தித்தல், அதீதமான தயாள குணம், பிறர் துயர் கண்டிரங்குதல், விட்டுக்கொடுத்தல், வாய் விட்டுப் பாராட்டுதல், நோவுகளை சத்தமின்றி பொறுத்துக் கொள்ளுதல் என்று அனைத்திலும் அவரே.

எப்போதும் துள்ளிக் கொண்டே தான் இருப்பாள்/ இருக்கிறாள்.

கிருஷ்ணனைப் போன்றே எந்த நேரம் எதைச் செய்வாள் என்று அனுமானிக்க முடியாதபடி குறும்புகள் செய்வாள். ஓயாமல் பேசுவாள். ஆடுவாள், பாடுவாள், நடிப்பாள். நெருப்பு சுடும், கரண்ட் ஷாக் அடிக்கும், ஏறினால் விழுவாய் போன்ற எச்சரிக்கைகள் அனைத்தையும் பரீட்சித்துப் பார்த்த பின்பே ஏற்றுக் கொள்வாள். அவளுக்கு இந்த உலகில் புது நபர்கள், தீயவர்கள் என்று எவருமே இல்லை. ஒரு வயதிற்குள்ளாகவே வீட்டிற்கு எவர் வந்தாலும், தெருவில் அவளைப் பார்த்து புன்னகைப்பவர் எவராயினும் அவருடனே போக விழைந்து அடம்பிடித்து அழுவாள். யார் வீட்டுக்குச் சென்றாலும் திரும்பி வர மாட்டேன் என்பாள். தடுக்கிறேன் என்பதாலேயே என்னை எதிரியாய் கருதுவாள். 6 மாதக் குழந்தையாயிருந்த போதிருந்தே யார்வீட்டில், எவர் பொறுப்பில் விட்டாலும் அழாமல் விளையாடிக் கொண்டிருப்பாள். ஆனால், அடிக்கடி கேட்க நேரும், "உன்னைத் தேடவேயில்லை" "அம்மா வேணும்னு ஒருக்கா கூட கேக்கல" "அம்மாவை கண்டுக்கவே மாட்டா" போன்ற வசனங்கள், நான் சொல்லித் தந்ததைப் போலவே இண்டிபெண்டண்டாய் இருக்கிறாள் என்று பெருமைக்கு பதிலாய், 'என் பிள்ளை என்னைத் தேடுவதில்லை' என்று ஏக்கத்தில் கண்ணீர் வரவழைக்கும்.

இன்னமும், சித்துவைப் போலவே காகிதம், ஊசி, ப்ளாஸ்டிக், பென்சில் என்று எதையாவது வாயில் வைத்து கடிப்பது, எடுத்துச் செல்பவற்றை மறந்து விட்டு வீடு திரும்புவது, எந்தப் பொருளையும் அதற்குரிய இடத்தில் வைக்க விரும்பாதது, எத்தனை அவசரத்திலும் குன்றாத குறையாத நிதானத்தோடு தயாராவது, எவருடனும் நான் போட்டியிலில்லை என்ற அலட்சிய மனோபாவம் ஆகியவையும் அவளிடம் பிரதிபலித்துக் கொண்டிருக்கின்றன. மாணிக்கவாசகர் "வேண்டத்தக்கது அறிவோய் நீ" என்பார் இறைவனிடம். நான் வேண்டத் தெரியாமல் வேண்டிக் கொண்டதால் விளைந்த அவஸ்தைகள் இவை!

ஆனால் இதையெல்லாம் அருகிருந்து பார்த்திருந்தும் என் அம்மாவே சிருஷ்டியை நம்பவில்லை. "நீ 10 மாசத்துல அத்தனை வாய் பேசுவ. அவ அப்பாவும் இப்டி தான் இருந்திருக்கார் சின்ன வயசுல. இதெல்லாம் ஜீன்லருந்து வந்தது. நீ சிருஷ்டிக்கு போகலன்னாலும் அம்மு இப்டி தான் பொறந்திருப்பா. காசு தான் தண்டம்" என்பது சிருஷ்டி குறித்து அவர்களது மேலான கருத்து.

இளையவள் வயிற்றிலிருந்த போது, ஏற்கனவே சென்று எல்லாவற்றையும் கற்றிருந்தபோதும் அவ்வகுப்பு உருவாக்கித் தரும் இதமான மனநிலையை விரும்பி மீண்டும் வகுப்பிற்குச் சென்றேன். (60 வது பேட்ச்) இம்முறை 7ம் மாதத்திலேயே அம்மாவிடம் சொன்னேன், "சிருஷ்டி நிஜம் தான்னு உங்களுக்கு வெளிப்படையா நிரூபிக்கறேன். இவ பொறக்கறதுக்கு முன்னாடியே சொல்றேன், இந்தக் குழந்தைக்கு ரொம்ப அழகான கண்கள் இருக்கும். இவ உருவத்துல சித்து மாதிரியும் குணத்துல என்னை மாதிரியும் இருப்பா. என்னை விட்டுட்டு யார்கிட்டயும் போக மாட்டா. அவளுக்கு உலகத்துல இருக்கற எல்லாரையும் பிடிக்கும்னா இவளுக்கு உலகத்துலயே என்னை மட்டும் தான் ரொம்பப் பிடிக்கும்.. செஞ்சு காமிக்கறேன் பார்த்துட்டே இருங்க". இந்தச் சவாலை அம்மாவும் சித்துவும் மட்டுமே அறிவார்கள்.

இளையவள் பிறந்தாள். அம்முவை விட அரைகிலோ எடை குறைவு. சற்றே சிறிய அச்சில் ஊற்றி வார்த்தெடுத்தது போல

உருவத்தில் அம்முவையே உரித்திருந்தாள். ஆனால் கண்கள் அப்படியொன்றும் அழகான கண்களாய் இருக்கவில்லை. எதையெடுத்தாலும் வாயில் வைக்கும் பருவத்தில் கூட, இவள் அதிகமாய் பொருட்களை வாயில் வைக்கவில்லை. நாளடைவில் செய்நேர்த்தி, ஒழுங்கு, பிடிவாதம், கோபம், ரோஷம், தன் தேவைகள் எவையென்பதில் தெளிவு, நினைத்தது நடக்கும் வரை அதிலிருந்து கவனம் பிறழாமை, எடுத்த முடிவை மாற்றிக் கொள்ளாமை, புதிதாய் எவரிடமும் பேசத் தயக்கம், பிடித்து விட்டால் கன்னாபின்னாவென்று பிரியம், சிறு வலியென்றாலும் கத்தியும் சிணுங்கியும் ஊரைக் கூட்டுவது, தன் வேலைகளை தான் மட்டுமே சரியாகச் செய்ய முடியுமென நம்புவது என்று என் பெரும்பாலான குணங்கள் நிரம்பிய, சிறிய கலமாய் காட்சியளிக்க ஆரம்பித்தாள் கீர்த்து.

எந்நேரமும் எவ்விடத்திலும் இவளுக்கு அம்மா தான் உலகம். யாரிடமிருந்தாலும் அரை மணிக்கொரு முறை, நான் எங்கிருக்கிறேன் என்று தேடி கண்டடைந்து திருப்தியடைந்து திரும்பிப் போவாள். அவளை விட்டுவிட்டு வெளியே கிளம்பினால் அரை மணிக்குள்ளாக, "உன்னைத் தேடி ரொம்ப அழறா" என்றோ "விளையாடிட்டு தான் இருக்கா. ஆனா உன்னை கேட்டுட்டே இருக்கா.. சீக்கிரம் வா" என்றோ தொலைபேசி வரும். அம்முவைப் போல எதைக் கண்டாலும் கலைத்து, உடைத்து பரிசோதிப்பதில்லை. பொருளை எடுத்த இடத்தில் வைக்கிறாள். 'பத்திரமா வெச்சிக்கோ' என்று சொல்லிக் கொடுக்கும் எந்தப் பொருளும் நாம் திரும்பக் கேட்கும் வரை அவளிடம் பத்திரமாய் இருக்கிறது. எதிலாவது ஒழுங்கு குலைந்தால் இவள் நிம்மதி குலைகிறது. அவள் உடையை, செருப்பை அவளே தான் போட்டுக் கொள்ள வேண்டும். அவள் தலையை அவளே வாரி, அவள் பொட்டை அவளே வைத்து.. இப்படி எல்லாவற்றிற்கும் "நானே.. நானே.."! அம்மு இன்னமும் ஊட்டச் சொல்கையில், இவள் "நானே" என்றபடி கிண்ணத்தை மடியில் வைத்து ஸ்பூனால் உணவெடுத்து சிந்தாமல் சிதறாமல் சாப்பிடுகிறாள். உண்டு முடித்ததும் கையிலிருக்கும் கலங்கள் சிங்க்குக்கும், வாழைப்பழத்தோல், கேக், சாக்லேட் சுற்றிய கவர்கள் குப்பைக்கும் போக வேண்டும் என்பதில் உறுதியாய்

இருக்கிறாள். ஆரம்பத்தில் இரண்டையும் குழப்பிக் கொண்டு ஸ்பூன், கிண்ணங்களை குப்பைத் தொட்டியிலும், கவர்களை சிங்க்கிலும் போட்டுக் கொண்டிருந்தாள்.

தான் கழட்டும் உடைகளை மட்டுமல்லாது அம்முவும் சித்துவும் கழட்டி தரையில் விசிறியிருக்கும் உடைகளையும் எடுத்துப் போய் அழுக்குக் கூடையில் போடுகிறாள். எவர் அழைத்தாலும், "வ(ர) மாட்டேன். அம்மாகிட்ட தான் இருப்பேன்" என்பது தான் அவள் பதிலாக இருக்கிறது.

கீர்த்துவுக்கு ஒரு வயது கடந்த பின்பு தான் நான் அம்மாவிடம் சொல்லியிருந்த சவாலில் வென்றிருக்கிறேனென்பதே புரிந்தது. இன்று அவள் அடையாளம் கண்கள்! அத்தனை பெரிய அழகான கண்கள்! உண்மையில் அவள் வயிற்றிலிருந்த போதே அத்தனை உறுதியாய் சொல்லியிருந்த போதும், இப்போது அவள் கண்களைப் பார்க்கும் போதெல்லாம் நானே வியப்பில் ஆழ்கிறேன். அவளைக் 'கண்ணழகி' என்று எவர் அழைத்தாலும் பிரம்மனின் பணியில், நானும் துளி பங்கெடுத்துக் கொண்டது போல பூரித்துப் போகிறேன்.

இதை எழுதிக் கொண்டிருக்கையில் சித்து, ஸ்டார்பக்ஸிலிருந்து ஹாட் சாக்லேட் வாங்கி வந்து இரண்டு டம்ளர்களில் ஊற்றி இருவரிடம் கொடுத்தார். குடித்து முடித்து காலி டம்ளரை படுக்கையிலேயே உருள விட்டுவிட்டு *Kidshealth.org* யிலிருந்து *How the body works* எபிசோடுகளைப் பார்த்துக் கொண்டிருக்கிறாள் ஒருத்தி. டம்ளரை தனக்கு எட்டாத சிங்க்கிற்குள் நுனிக்காலில் நின்று கவனமாய் வைத்துவிட்டுத் திரும்பி வந்து என்னை ஒட்டி உராய்ந்து கொண்டு அமர்கிறாள் மற்றொருத்தி. எது யார் செய்தது என்பதை உங்கள் யூகத்திற்கே விடுகிறேன்.

சிருஷ்டிகர்த்தாக்களுக்கு நன்றியும் வணக்கமும்.

shristifoundation

+91 90039 42323, 0424 2255679

SKM இல்லம், பெரியார் நகர், ஈரோடு.

■

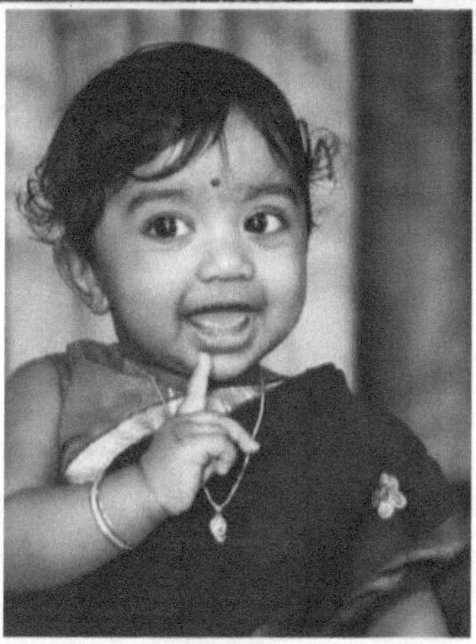

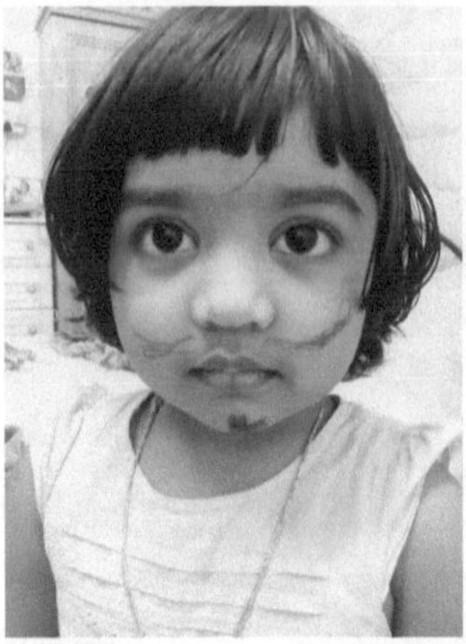

www.ingramcontent.com/pod-product-compliance
Lightning Source LLC
LaVergne TN
LVHW060119051026
849517LV00007B/2340
* 9 7 8 9 3 9 1 2 6 2 5 7 0 *